கொங்கு நாட்டுத் தொல்லியல் சின்னங்கள்

துரை சுந்தரம்

Tamil Heritage Foundation *international*
Germany . Malaysia . India . Srilanka

கொங்கு நாட்டுத் தொல்லியல் சின்னங்கள் ● ஆசிரியர்: துரை சுந்தரம் ● பதிப்பகம்: தமிழ் மரபு அறக்கட்டளை பதிப்பகம் ● டிசம்பர் 2021 (முதலாம் பதிப்பு) ● அளவு: Demy Octavo ● பக்கம் : 130 ● உரிமை ஆசிரியருக்கு ● வெளியீடு: தமிழ் மரபு அறக்கட்டளை ● மின்னஞ்சல்: mythforg@gmail.com ● விலை: ரூ.140/- ● ஐரோப்பாவில் யூரோ 4/-

Kongu Naattu Tholliyal Sinangal ● Author: Duarai Sundaram ● Publisher: Tamil Heritage Foundation Pathipagam ● December 2021 (First Edition) ● Size: Demy Octovo ● Pages: 130 ● Copyright: Author ● Email: mythforg@gmail.com ● ISBN: 978-1-64786-552-8 ● Price: Rs.140/- ● Europe: Euro 4/-

பதிப்புரிமை பெற்றது. இந்நூலைப் பதிப்பகத்தாரின் அனுமதியின்றி முழுமையாகவோ அல்லது பகுதியாகவோ வெளியிடக் கூடாது.

மறைந்த ஆய்வாளர்
திரு.துரை சுந்தரம்
அவர்களின் நினைவுகளுடன்...

பதிப்புரை

தமிழ் மரபு அறக்கட்டளையின் மடலாடற்குழுமமான மின்தமிழ் மடலாடற்குழுவில் தமிழக வரலாறு எனும்போது, அதிலும் குறிப்பாகக் கொங்கு நாட்டு வரலாற்றுச் செய்திகள் மற்றும் கல்வெட்டுக்கள் பற்றிய கலந்துரையாடல் என்றால் அதில் நிச்சயமாகத் திரு துரை சுந்தரம் அவர்களது பங்களிப்பு இடம்பெறாமல் இருந்ததில்லை. 2012-ம் ஆண்டு தொடங்கி அவர் மின்தமிழ் குழுமத்தில் உறுப்பினராகச் சேர்ந்து தொடர்ந்து கல்வெட்டுகளைப் பற்றி ஆராய்ந்து கட்டுரைகளையும் தகவல்களையும் அளித்து வந்தார். அப்படி அவர் வழங்கிய ஆய்வுக்கட்டுரைகளில் சில தொகுக்கப்பட்டு இப்போது நூலாக வெளிவருகின்றது.

தமிழகக்கல்வெட்டுகள் மற்றும் வரலாற்றுச் சின்னங்கள் தொடர்பான ஆய்வுகள் எனும்போது கொங்குநாட்டு வரலாற்றுச்சின்னங்கள் பற்றி மிக அதிகமாக ஆய்வுகள் செய்யப்பட வேண்டிய தேவை இருக்கின்றது. கொங்குநாட்டுச் சிற்றூர்களிலும், கிராமங்களிலும், புதர்களிலும், சாலையோரங்களிலும், வயல்வெளிகளிலும் இன்னமும் கூட கண்டெடுக்கப்படாத நடுகற்களும், கல்தூண்களும், ஏனைய பிற அரிய சின்னங்களும் இருக்கின்றன. அழிந்து போகக்கடிய நிலையில் இருக்கின்ற வரலாற்றுச் சின்னங்களை அடையாளப்படுத்தி, அவற்றை ஆராய்ந்து, அவற்றில் உள்ள கல்வெட்டுகளை வாசித்துக் கட்டுரையாக்கி அவற்றைப் பிறரும் அறிந்து கொள்ள வகை செய்ததில் திருதுரைசுந்தரம் அவர்களது பங்களிப்பு முக்கியத்துவம் பெறுகிறது.

தொல்லியல் மற்றும் வரலாற்றுத்துறை இவரது தொழில் அல்ல. ஒரு பொறியாளராக தனது பணியை நிறைவாக முடித்த பிறகு தனது ஓய்வு நேரத்தை முழுமையாகக் கல்வெட்டுகளைப் படிப்பதிலும் ஊர் ஊராக, கிராமம் கிராமமாகச் சென்று அவற்றைத் தேடி அவை சொல்லும் செய்திகளை ஆராய்ந்து அறிந்து அவற்றை ஆவணப்படுத்தும் பணியை மிகச்சிறப்பாகச் சீரிய முறையில் தொடர்ந்து செயலாற்றி வந்தார் திருதுரை சுந்தரம் அவர்கள். கடந்த ஆண்டு (2020) ஜூலை மாதம் 27ம் தேதி அவர் மறைந்தார். தமிழக வரலாற்று ஆய்வுலகத்திற்கு இது மாபெரும் இழப்பாகும்.

எனது தமிழகத்திற்கானப் பயணங்களின் போது கொங்குப் பகுதியில் பல ஊர்களில் இணைந்து நாங்கள் களப்பணிக்குச்

சென்றிருக்கின்றோம். அந்தியூர், அரவக்குறிச்சி, உடுமலைப்பேட்டை, திருப்பத்தூர் மாவட்டத்தின் பல பகுதிகளுக்குச் சென்று அங்குள்ள சிற்பங்களையும் கல்வெட்டுக்களையும் ஆராய்ந்திருக்கின்றோம். இறுதியாக 2020ம் ஆண்டு ஜனவரி மாதம் திருப்பூர் மாவட்டம், உடுமலைப்பேட்டை ஆகிய பகுதிகளில் நான் களப்பணிக்குச் சென்றிருந்த போது நேரில் வந்து கலந்து கொண்டதோடு முழு நாளும் ஆய்வில் ஈடுபட்டு அனைத்துப் பதிவுகளிலும் முழுமையாகக் கலந்து கொண்டார்.

2017ம் ஆண்டு திரு.துரை சுந்தரம் அவர்களைத் தமிழ் மரபு அறக்கட்டளை, அவரது தொடர்ந்த வரலாற்று ஆய்வுப் பணிகளுக்காகப் பாராட்டிப் பொன்னாடை அணிவித்துப் பரிசளித்துச் சிறப்பித்தோம்.

2019ஆம் ஆண்டு இவரது கட்டுரைகளைத் தொகுத்து இரண்டு தனி நூற்களாகக் கொண்டு வரும் பணியைத் தமிழ் மரபு அறக்கட்டளை தொடங்கினோம். அந்த நூல்களுக்கான முன்னுரையையும் அவர் மின்னஞ்சல் வழியாகக் கேட்டவுடனேயே எனக்கு அனுப்பி வைத்தார். ஆனால் பல்வேறு பணிகளின் காரணமாக உடனடியாக அந்த நூல்கள் வெளிவர முடியாத நிலை ஏற்பட்டது. தனது நூல்கள் தமிழ் மரபு அறக்கட்டளை பதிப்பகத்தின் வெளியீடாக வர வேண்டும் என்பதில் மிகுந்த ஆர்வத்துடன் அவர் இருந்தார். இப்போது இந்த நூல் வெளிவரும் போது அவர் இல்லையே என்பதை நினைத்துப் பார்க்கும் போது மனம் வலிக்கிறது. இந்நூல் தரும் செய்திகள் வரலாற்றுத்தேடல் உள்ளோருக்கும், மாணவர்களுக்கும்,வரலாற்று ஆர்வலர்களுக்கும், ஆய்வாளர்களுக்கும் நிச்சயமாகப் பயனளிக்கும். திரு துரை சுந்தரம் அவர்கள் தனது காலத்தில் ஏனையோருக்கு நல்ல உதாரணமாக வாழ்ந்தவர். தனது ஆய்வுகளை உளமார நேசித்து முழு ஈடுபாட்டுடன் தொடர்ந்து செயல்பட்டு வந்தார்.

திரு.துரை சுந்தரம் அவர்களது தமிழக வரலாற்று ஆய்வுப்பணி காலத்தால் அழியாது.

அன்புடன்

முனைவர்.க.சுபாஷிணி

தலைவர், தமிழ் மரபு அறக்கட்டளை பன்னாட்டு அமைப்பு,
ஜெர்மனி

என்னுரை

தொல்லியல் (ARCHAEOLOGY) என்பது ஒரு பரந்துபட்ட துறை. மனித இனம் எவ்வாறு நாகரிக வளர்ச்சியுற்றது என்பதைத் தொல்லியல் சான்றுகளே நிறுவியுள்ளன. தொல்லியலின் ஒரு கூறு தான் கல்வெட்டியல் (EPIGRAPHY). கல்வெட்டு எனும் சொல் கல்லில் எழுதப்பட்ட எழுத்துகளைக் குறித்தாலும், பல்வேறு பொருள்களின் மீது எழுத்துகள் பொறிக்கப்பட்டுள்ளன. தங்கம், செம்பு, இரும்பு, வெள்ளி, பித்தளை, வெண்கலம், தகரம் ஆகிய உலோகங்கள், மட்கலன்கள், செங்கல், சுட்ட களிமண் ஆகியன எழுத்துகளைப் பொறிக்கப் பயன்பட்டன. சங்ககால நடுகற்சிற்பங்களிலிருந்து, பின்னர் குடைவரைக் கோயில்கள், கட்டுமானக்கோயில்கள் வரைக் கல்வெட்டுகளைக் காண்கிறோம். இந்தியாவில் காணப்படும் கல்வெட்டுகளின் எண்ணிக்கை மிகுதி. அவற்றில் தமிழகத்தில் கிடைத்துள்ள கல்வெட்டுகளின் எண்ணிக்கையே மிகுதியானவை. கல்வெட்டுகள் வரலாற்றுச் சான்றுகளுள் முதன்மையாகத் திகழ்பவை.

கல்வெட்டுகளின் மீது என் கவனம் விழுந்தது சற்றும் எதிர்பாராத ஒரு நிகழ்வு. நடுவண் அரசின் தொலைதொடர்புத்துறையில் கணக்கதிகாரியாகப் பணி நிறைவு செய்த நிலையில் (அகவை அறுபதில்) கல்வெட்டு எழுத்துகளைக் கற்கவேண்டும் என்னும் எண்ணம் தோன்றி அது நடைமுறையில் வெற்றி பெற்றது முற்றிலும் திட்டமிடாமல் எனக்குக் கிடைத்த பேறு. கல்வெட்டியல் தொடர்பான பல நூல்களை வாங்கிப் பயிலத் தொடங்கித் தேர்ச்சி பெற்ற பின்னர், 2010 - ஆம் ஆண்டு, அவிநாசியைச் சேர்ந்த முனைவர் மா. கணேசன் அவர்களின் நட்பும் அவரால் கிடைத்த தொல்லியல் துறை அறிஞர் அர. பூங்குன்றன் அவர்களின் அறிமுகமும் கல்வெட்டியல் துறையில் நான் நுழைய அடிகோலின. கொங்கு நாட்டின் கோவைப்பகுதியைச் சேர்ந்தவனாகையால், கோவையைச் சுற்றிலும் உள்ள பல ஊர்களில் கல்வெட்டுகளைத் தேடிக் களப்பணியை மேற்கொண்டதின் அனுபவங்களைச் சிறு சிறு கட்டுரைகளாக எழுதத் தொடங்கினேன். கட்டுரைச் செய்திகள் பல, புதிய கல்வெட்டுகள் கண்டுபிடிப்பு என்னும் அடிப்படையில் நாளிதழ்களில் வெளியாயின. முதன்முதலாக "தினமணி' நாளிதழில் என்னை அறிமுகப்படுத்திய செய்தியாளர் மனிகண்டன் அவர்களையும், எழுதத்தொடங்கிய நாட்களில் என்னை ஊக்கப்படுத்தியதோடு ஊடகங்களில் என்னை ஒரு கல்வெட்டு ஆய்வாளராக அறிமுகப்படுத்திய இதழியலாளர்

நண்பர் திரு. மீனாட்சி சுந்தரம் அவர்களையும் மறக்க இயலாது. (இவர் களப்பணிப் பயணங்களிலும் என்னோடு பயணித்தவர்). தொல்லியல் கழகத்தின் வாழ்நாள் உறுப்பினராகச் சேர்ந்து புதிய கல்வெட்டுகளைக் கழகத்தின் வெளியீடான “ஆவணம்” ஆண்டிதழில் பதிவு செய்தல் மற்றும் கழகத்தின் ஆண்டுக் கருத்தரங்குகளில் கலந்துகொண்டு தொல்லியல் அறிஞர்களிடம் பழகுதல் ஆகியன கல்வெட்டியல் துறையில் என் பணியை மேலும் செழுமையாக்கின.

2014-ஆம் ஆண்டு முதல் “தமிழ் மரபு அறக்கட்டளை” அமைப்போடு ஏற்பட்ட தொடர்பு, கல்வெட்டுகளைப் படியெடுத்துப் படிக்காமல் ஒளிப்படங்களைப் பார்த்தே படித்துச்செய்தி அறியும் பயிற்சியை வளர்த்தது. என் கட்டுரைகளை அவ்வமைப்பின் மின்னூல்களில் இடம்பெறச் செய்து, அச்சு வடிவ நூலாக்க முன்வந்தவர் “தமிழ் மரபு அறக்கட்டளை” அமைப்பின் நிறுவனரும் தலைவருமாகிய முனைவர் க.சுபாஷிணி ஆவார்.

களப்பணியில் என்னோடு சேர்ந்து பயணித்த நண்பர் பலருளர். கல்லாபுரம் ஜான்சன், தேவனாம்பாளையம் உருத்திரன், அவிநாசி ஜெய்சங்கர், தென்கொங்கு சதாசிவம், ஆசிரியர் கிருஷ்ணகுமார், அஞ்சல் துறை பாஸ்கரன், அஞ்சல் துறை செந்தில் குமார், சத்தியமங்கலம் (மறைந்த) உழவர் இராமசாமி, அரவக்குறிச்சி பூமாலை சுகுமாறன் எனப் பட்டியல் நீளும். இவர்கள் அனைவருக்கும் இத்தருணத்தில் நன்றி கூறுவதில் பெருமை கொள்கிறேன்.

தொல்லியல் கழகத்தைச் சார்ந்த திரு. வீரராகவன், திரு. பூங்குன்றன், திரு. எ. சுப்பராயலு, திரு. சு.இராசகோபால், திரு. புலவர் இராசு, திரு. சாந்தலிங்கம், திரு. வேதாசலம் ஆகியோருக்கு என் நன்றி உரித்தாகும். இவர்களில் முதல் இருவருடன் களப்பணியில் நான் உடனிருந்துள்ளேன் என்பதில் பெருமைப்படுகிறேன். மற்றவர்களிடம் தொல்லியல்-கல்வெட்டியல் தொடர்பாக என் ஐயங்களைத் தீர்த்துள்ளேன். பல கல்வெட்டுகளின் கண்டுபிடிப்புகளில் நண்பர் வீரராகவன் அவர்களும் நானும் இணையர்.

கோவையில் இயங்கும் “வாணவராயர் அறக்கட்டளை” அமைப்பினர் நடத்திய வரலாற்றுச் சிறப்புச் சொற்பொழிவுகள், வரலாற்று உலா ஆகியவை, வரலாறு மற்றும் தொல்லியல் துறைகளில் நிறையக் கற்றுக்கொள்ள எனக்கு வாய்ப்பாய் அமைந்த தளங்கள். இந்நிகழ்ச்சிகள் அனைத்தையும்

இயக்கிய இயக்குநர் திரு. ஜெகதீசன் அவர்களுக்கும் என் நன்றி உரித்தாகும்.

இறுதியாக, "தமிழ் மரபு அறக்கட்டளை" அமைப்பின் நிறுவனர் முனைவர் சுபாஷிணி அவர்களுக்கு என் நன்றி. அவரது முயற்சியில் என் கட்டுரைகள் இப்போது நூலாக உங்கள் கைகளில் வலம் வருகின்றது. நான் கற்ற அளவில் என் எழுத்தும் இருக்கும். எனவே, நூலில் உள்ள குறைகளை அறிஞர் பெருமக்கள் சுட்டிக்காட்டித் திருத்திக்கொள்ள வாய்ப்பளித்தால் மகிழ்வேன்.

"நான் ஒரு கல்வெட்டுப்பித்தன். கல்வெட்டுகளைப் படிக்கும் போதெல்லாம் என்னை மறந்து பல நூற்றாண்டுகளுக்குப் பின் அம்மன்னர்கள் வாழ்ந்த காலத்திற்கே சென்றுவிடுவேன்...." என்று பெருமிதம் கொள்ளும் குடந்தை என். சேதுராமன் போல ஆகவே நான் விரும்புகிறேன்.

துரை.சுந்தரம், (18-04-2020)
21, 'கிரீன் வியூ' தொலைத்தொடர்புக் குடியிருப்பு,
விளாங்குறிச்சி சாலை,
கோவை, பூளைமேடு, கோவை-641 004.

x

பொருளடக்கம்

பதிப்புரை	v
என்னுரை	vii
1. பட்டணம் – தாய்த்தெய்வச் சிற்பம்	13
2. கோட்டமங்கலம் – வீரக்கம்பம்	17
3. அலங்கியம் – ஜார்ஜ் மன்னர் பெயரில் ஒரு விநாயகர்	22
4. குருநல்லிபாளையம் – சூலக்கல் கல்வெட்டு	26
5. சரவணம்பட்டி – மருத்துவம் சொல்லும் கல்வெட்டு	30
6. பெள்ளாதி – கோட்டை	33
7. விளாங்குறிச்சி – குளம் தொட்டு உளம் தொட்டவர்க்கு ஒரு கல்வெட்டு	40
8. கருக்கங்காட்டுப்புதூர் – சுமை தாங்கி	43
9. சின்னவீரம்பட்டி – தனிக்கல்வெட்டு	47
10. சாமளாபுரம் – வாயறைக்கா நாடு கல்வெட்டு	50
11. அவிநாசிலிங்கம்பாளையம் – கொங்குப்பாண்டியன் வீரபாண்டியன் கல்வெட்டு	54
12. கல்லாபுரம் – தூண் கல்வெட்டு	60
13. பட்டணம் – முசிறித்துறைமுகம்	66
14. மயிலாடும்பாறை – ஆதித்த கரிகாலன் கல்வெட்டு	78
15. பெரியகுயிலி – தொல்லியல் தடயங்கள்	80
16. அறச்சலூர் – தமிழிக்கல்வெட்டு	88
17. சேவூர் – நடுகற்கள்	94
18. குருவித்துறை – கோவில் கல்வெட்டுகள்	98
19. கோவை – சில நடுகல் சிற்பங்கள்	102
20. இராசகேசரிப்பெருவழி நோக்கி ஒரு பயணம்	107
பகுதி 1	107
பகுதி 2	117

1. பட்டணம் – தாய்த்தெய்வச் சிற்பம்

நெகமத்துக்கு அருகில் அமைந்துள்ளது பட்டணம் என்னும் சிற்றூர். இவ்வூரில் கிடைத்த ஒரே ஒரு கல்வெட்டு ஆதாரத்தைக்கொண்டு இவ்வூர் இருநூற்று அறுபது ஆண்டுப்பழமை வாய்ந்தது என்பது தெரிய வருகின்றது. அது ஒரு வணிக நகரமாக விளங்கியது. தற்போது, அங்கு ஓர் அரிய தாய்த்தெய்வ நடுகல் சிற்பம் கண்டறியப்பட்டுள்ளது. தேவனாம்பாளையத்தைச் சேர்ந்த, வரலாற்று ஆர்வலர் ருத்திரன் என்பவர் தெரிவித்த தகவலின் அடிப்படையில் நான் அந்த சிற்பத்தை ஆய்வு செய்தேன்.

பட்டணத்தில், நல்லட்டிபாளையம் பிரிவுச் சாலையோரத்தில் செடிகளுக்கிடையில் காணப்படுகின்ற அந்தச் சிற்பமானது, பெண்ணொருத்தி தன் வலக்கையில் குழந்தையை அணைத்துப்பிடித்தவாறு அமைந்துள்ளது. பெண்ணின் இருபுறமும், இரு எருதுமாடுகள், தம் தலைகளைக் கீழ்நோக்கிச் சாய்த்தபடி, கொம்புகளை உயர்த்தி அந்தப்பெண்ணின் இடைப்பகுதியில் குத்துவதைப்போல் காணப்படுகின்றன. அப்பெண், தன் கூந்தலில் வலப்புறமாகக் கொண்டை போட்டிருக்கும் தோற்றம். காதுகளில், காதணிகள் உள்ளன. ஆனால், கழுத்தில் அணிகள் எவையும் காணப்படவில்லை. கைகளில் ஒன்றில் மட்டும் வளைகள் காணப்படுகின்றன. இடையிலிருந்து கணுக்காலுக்குச் சற்று மேலே வரை ஆடை, மடிப்புகளோடு காணப்படுகிறது. சிற்பத்தின்

பீடப்பகுதியில் எழுத்துகள் தெரிந்ததால், சிலையை நன்கு தோண்டி நிற்கவைத்துப் பார்த்ததில் மூன்று வரிகளில் கல்வெட்டு எழுத்துகள் காணப்பட்டன.

எழுத்துகளைப்படித்த வாசகம் பின்வருமாறு:

குறோதி வருசம் அற்ப்பிசை மீ (மாதம்) 9 வ (தேதி)

முத்திலிவாட செட்டி உபையம்

அதாவது, தமிழ் ஆண்டான குரோதி வருடத்தில், ஐப்பசி மாதத்தில் ஒன்பதாம் தேதி, முத்திலிவாட செட்டி என்பவரால் இச்சிற்பம் உபையமாகச் செய்து தரப்பட்டது எனக் கல்வெட்டுச் செய்தி கூறுகிறது. எழுத்தமைதியை வைத்துப் பார்க்கும்போது குரோதி வருடம், கி.பி. 1724 அல்லது கி.பி. 1784 ஆண்டுகளோடு பொருந்தி வருகிறது. ஐப்பசி மாதம், செப்டம்பர், 1724 அல்லது அக்டோபர், 1784 என்னும் காலக்கணக்கீட்டுடன் பொருந்தி வருகிறது.

ஏறத்தாழ, இருநூற்றைம்பது ஆண்டுகள் பழமை கொண்ட இச்சிற்பம், நமது கோவைப்பகுதியில் கிடைத்துள்ள அரிய சிற்பமாகவே கருதப்படவேண்டும். ஏனெனில், எழுத்துப்பொறிப்புகளோடு உள்ள நடுகல் சிற்பங்கள் இப்பகுதியில் காணக்கிடைப்பது மிகவும் அரிது. மேலும், இறந்துபட்ட வீரனோடு தானும் மாய்ந்துவிட்ட பெண்ணுக்கு எடுக்கப்பட்ட “மாசதிக்கல்” என்னும் நடுகல் கோவைப்பகுதியில் காணப்பட்டாலும், குழந்தையோடு உள்ள தாய்ப்பெண்ணுக்கு எடுக்கப்பட்ட நடுகல் இதுவரை கிடைக்கவில்லை என்றே தோன்றுகிறது.

இவ்வூர் மக்கள், இந்தச் சிற்பத்தைப்பற்றி ஒரு செய்தி சொல்கிறார்கள். கருவுற்ற ஒரு பெண், மாடு முட்டியதால் இறந்து விட்டதாகச் சொல்கிறார்கள். இது போன்ற, மக்களிடையே வழங்கும் கதை மரபும் இச்சிற்பத்தின் உண்மைப் பின்னணியைத் தெரிந்துகொள்ள உதவும் சான்றுகளில் ஒன்று. இந்தச் சிற்பத்தின் ஒளிப்படத்தைப் பார்த்த தொல்லியல் ஆய்வாளரான, சென்னை சு.இராசகோபால் அவர்கள், இச்சிற்பம், தாய்த்தெய்வ வழிபாட்டுடன் தொடர்புடைய ஒன்றாக இருக்கலாம் எனக்குறிப்பிடுகிறார்.

தாய்த்தெய்வ வழிபாடு தமிழ்நாடெங்கும் வழக்கில் உள்ள ஒன்றுதான். தாய்த்தெய்வ வழிபாட்டின் தாயகம் இந்தியா என்னும் கருத்து நிலவுகிறது. சிந்துவெளியில், கருத்தாங்கிய நிலையில் சில தாய்த்தெய்வங்களின் வடிவங்கள் கிடைத்துள்ளதாக அறிகிறோம். கருவுற்ற நிலையில் கொல்லப்பட்ட பெண் ஒருத்தி பொன்னரத்தா

என்னும் அம்மன் வடிவில் தெய்வமாக, திருநெல்வேலி அருகே கடையம் ஊரில் வழிபடப்பெறுகிறாள். குமரி, நெல்லை, தூத்துக்குடி, விருதுநகர், சிவகாசி ஆகிய மாவட்டங்களில் கிராம தேவதையாக பேச்சியம்மன்(பேய்ச்சியம்மன்), இசக்கியம்மன் ஆகிய தெய்வங்கள் வணங்கப்படுகின்றன. இவ்வகைக் கோயில்கள் சிலவற்றில், இத்தெய்வங்கள் கைகளில் குழந்தை வைத்திருப்பதைக் காணலாம். மதுரை, வைகை ஆற்றங்கரையில் அமைந்துள்ள கோயிலில், பேச்சியம்மன் கையில் குழந்தையுடன் ஆறடி உயரத்தில் இருப்பதைக் காணலாம். பேச்சியம்மனுக்கு மரத்தொட்டில், மரப்பாச்சி பொம்மை ஆகியவற்றைக் காணிக்கையாகக்கொடுத்து, பிள்ளைப்பேற்றுக்காக வேண்டிக்கொள்கிறார்கள். இசக்கி என்பது 'இயக்கி' என்பதன் திரிபு என்றும், சமணத் தீர்த்தங்கரர்களின் பரிவாரத்தெய்வங்களுள் ஒன்றான 'யக்ஷி' யான அம்பிகா என்னும் தெய்வத்தையே கிராமங்களில் இசக்கியாக வழிபடுகிறார்கள் என்னும் கருத்து நிலவினாலும், கொலையுண்ட அல்லது தற்கொலை புரிந்துகொண்ட பெண்கள் இசக்கி என்னும் தெய்வமாகிறார்கள் என்னும் கருத்தும் வலுவாக உள்ளது. இசக்கியின் உறைவிடம் கள்ளிமரம் எனக்கூறப்படுகிறது. நீலி என்று கூறப்படும் பெண்தெய்வம் இந்த இசக்கிதான் எனக்கூறப்படுகிறது.

செட்டி நாட்டில், பூமணத்தாள், அக்கினியாத்தாள், டைக்கம்மையாத்தாள், மெய்யம்மையாத்தாள் ஆகிய தெய்வங்கள் வணங்கப்படுவதாகவும், அவற்றில் பல தெய்வங்கள் கையில் குழந்தையுடன் காணப்படுவதாகவும் அறிகிறோம்.

இத்தெய்வங்களுக்குப் படையல் இட்டு வழிபடுவதால், ஒவ்வொரு கோயிலையும் "படப்பு" என்னும் பெயரிலேயே குறிப்பிடுகிறார்கள். வழிபடப்படும் தாய் பற்றிய கதைகள், அவளை அகால மரணமடைந்தவளாகச் சொல்கின்றன. கணவனால் ஒதுக்கப்பட்டு, கர்ப்பிணியாகவோ, குழந்தையுடனோ தனித்துச் சென்றபோது நிகழ்ந்த மரணமாக இருக்கலாம். கள்ளர்களாலும், விலங்குகளாலும் மரணம் நிகழ்ந்திருக்கலாம். கருவுற்றபெண், கருக்குழந்தையோடு இறந்துபோகும் சூழ் நிலையில், வயிற்றைக்கிழித்துக் குழந்தையை எடுத்து, இரண்டு உடல்களையும் ஒன்றாகப்புதைத்தபின் அப்பெண்ணைத் தெய்வமாக வணங்குகிறார்கள் என்பது குமரி மாவட்டத்தில் நிலவும் கதை.

மேலே கூறப்பட்ட நாட்டார் வழக்குகள் எல்லாம், கருவுற்ற நிலையில் அகால மரணம் எய்திய பெண், தெய்வமாக வழிபடப்பெறுகிறாள் என்பதை உறுதி செய்வதால், பட்டணத்தில் நாம் புதிதாகக் கண்டறிந்த தாய்-குழந்தை சிற்பமும், ஊர் மக்கள் வழங்கும் கதை மரபோடு சேர்த்து ஆய்வு செய்யும்போது, கருவுற்ற

பெண் அகால மரணம் (இங்கே விலங்கால் மரணம்) அடைந்ததால் நினைவுக்கல் (நடுகல்) எடுக்கப்பட்டுள்ளது எனக்கருதலாம்.

கருவுற்ற நிலையைச் சிற்பத்தில் குறிப்பாகக் காட்டவே, கையில் குழந்தையைச் செதுக்கியுள்ளார்கள் எனக் கருதுவதில் தவறில்லை.

சிலையை ஒரு செட்டி உபயமாக அளித்திருப்பதால், வணிக நகரமாக இருந்த பட்டணத்தில் வணிகரின் குலதெய்வ வழிபாட்டின் எச்சமாக இச்சிற்பத்தைக் கருதவாய்ப்புண்டு. இது போன்ற பல வரலாற்று யூகங்களுக்கு இடமளிக்கும் இச்சிற்பத்தைத் தொல்லியல் துறையினர் மேலும் ஆய்வு செய்தால் இன்னும் புதிய செய்திகள் கிடைக்கக்கூடும்.

- செவ்வாய், 28 ஜனவரி, 2014

2. கோட்டமங்கலம் – வீரக்கம்பம்

நடுகல் வழிபாடு, தமிழகத்தில் பழங்காலந்தொட்டு இருந்து வருகிறது. வீரச்செயல் புரிந்து இறந்துபட்ட வீரர்களுக்கு நடுகல் எடுத்து, அதில் அவனுடைய உருவத்தைச்சிற்பமாக வடித்து, மாலை அணிவித்துப் படையல் இட்டு வழிபடுவது மரபு. நடுகற்களில் காணப்படும் வீரர்கள், தங்கள் கிராமங்களில் கால்நடைகளைக் காவல் காக்கும் கடமையில் ஈடுபட்டிருக்கும்போது, கால் நடைகளைத்தாக்க வருகின்ற புலி, கரடி, பன்றி ஆகிய விலங்குகளை எதிர்த்துப் போரிடும்போது, அவ்விலங்குகளைக் கொன்ற பின்னர் அவர்களும் இறக்க நேரிடும். அவ்வாறு இறந்துபடும் வீரர்களுக்கு நினைவுச்சின்னமாக வீரக்கல் எனப்படும் நடுகல் எடுக்கப்பட்டது. இதேபோல், ஒரு கிராமத்தின் ஒரு குழுவைச்சேர்ந்த மக்களின் கால் நடைகளை, மற்றொரு ஊரின் குழுவினர் (வீரர்கள்) போரிட்டுக் கவர்ந்து செல்வதும், அவற்றை மீட்கும் முயற்சியாகப் போரிடுவதும் தொறுப்பூசல் எனக் கல்வெட்டுகளில் குறிக்கப்படுகிறது. தொறுப்பூசலில் இறந்துபடும் வீரர்களுக்கு எடுக்கப்பட்ட நடுகற்கள் தமிழகத்தில் நிறையக்காணப்படுகின்றன.

சில நடுகற்களில், வீரனுடைய மனைவியும் சிற்பமாகக் காட்டப்படுவதுண்டு. வீரனுடைய மனைவி, தன் கணவனின் இறப்பைத்தொடர்ந்து அவளும் தீயில் பாய்ந்து மாண்டு போவதையே இது குறிக்கும். இத்தகைய கல், மாசதிக்கல் எனப்படும். பெரும்பாலும் ஒற்றைக் கல்லிலேயே இச்சிற்பங்கள் வடிக்கப்படும். சில நடுகற்களில், மூன்று அடுக்குகளாகச் சிற்பங்கள் செதுக்கியிருப்பார்கள். முதல் அடுக்கில், வீரன் விலங்கோடு போரிடும் காட்சியும், இரண்டாவது அடுக்கில், உடன்கட்டை ஏறி உயிர் நீத்த வீரனின் மனைவி சொர்க்கம் போவதுபோன்ற காட்சியும், மூன்றாவது அடுக்கில், வீரன் சிவலிங்கத்தை வழிபடுவது போன்ற காட்சியும் காணப்படும். (வீரன் சிவலோகம் அடைந்தான் என்பதன் குறியீடு).

மிகவும் அரிதாக, நான்கு பக்கங்களுடைய தூண் வடிவில் அடுக்குநடுகல் சிற்பமும் காணப்படுவதுண்டு. அவ்வகைத்தூண் நடுகல் சிற்பம் ஒன்று, திருப்பூர்-உடுமலைச் சாலையில், குடிமங்கலத்தை அடுத்துள்ள கோட்டமங்கலத்தில் கண்டறியப்பட்டுள்ளது.தஞ்சையில்இயங்கும்தமிழகத்தொல்லியல் கழகத்தைச் சேர்ந்த கல்வெட்டு ஆராய்ச்சியாளர்களான, விழுப்புரம் சி.வீரராகவன் – மங்கையர்க்கரசி, ஆகியோருடன் நான் உடுமலைப்பகுதியில் ஆய்வு மேற்கொண்டபோது இந்தத் தூண் நடுகல்லைக்கண்டறிந்தோம். கோட்டமங்கலம் வல்லக்கொண்டம்மன் கோயிலை ஒட்டியுள்ள ஊர்ப்பகுதியில் இந்தத் தூண் நடுகல் காணப்படுகிறது. ஊர் மக்கள் இதை “மாலக்கோயில்” என அழைக்கின்றனர். ஏறத்தாழ, 8 அடி உயரமும், 2 அடி அகலமும், 1 1/4 அடி கனமும் கொண்டு பிரமாண்டமாக நிற்கும் இந்த அடுக்கு நடுகல் தூணில் 9 அடுக்குகள் உள்ளன. இவ்வடுக்குகள், போட்டோக்களுக்குச் சட்டம் அமைத்ததுபோல் நேர்த்தியாகச் செவ்வக வடிவில் பிரிக்கப்பட்டுள்ளன. தூணின் நான்கு முகங்களிலும் உள்ள எட்டு விளிம்புகளும் புடைப்பு அமைப்பில் வேலைப்பாடுகளுடன் காணப்படுகின்றன. தூணின் உச்சி, ஒரு கோயில் கருவறை விமானம்போல் அழகுற அமைக்கப்பட்டுத் தெய்வச்சிற்பங்களைக் கொண்டுள்ளது.

தூணுக்கு இருபுறமும், இரண்டு தனிக்கல்லில் அரசர்களின் உருவில் சிற்பங்கள். அரசர்களின் அருகில் அவர்களது மனைவியர் உருவங்கள். இவையும் நடுகல் சிற்பங்களே. இவர்கள், இப்பகுதியிலிருந்த பாளையப்பட்டு நாயக்கர்களாக இருக்கக்கூடும்.

தூணின் நான்கு முகங்களில் மைய முகத்தில், உச்சியில் நடராசர் சிற்பம், அதன் கீழே உள்ள அடுக்குகளில் வியாக்கிரபாத முனிவர் (புலிக்கால் முனிவர்) சிவனை வழிபடும் சிற்பம், கஜலட்சுமி, குழலூதும் கண்ணன், சிவலிங்கத்தின் மீது பசு பால் சொரியும் சிற்பம், பல்லக்கேறி வீரர்கள் செல்லும் காட்சியில் சிற்பம் போன்ற பல சிற்பங்கள். தூணின் மற்ற முகங்களில், யானை, குதிரை ஆகியவற்றின் மீது வீரர்கள் அமர்ந்து போரிடும் காட்சி, வில்லேந்தி வீரர்கள்

போரிடும் காட்சி ஆகிய பல்வேறு சிற்பங்கள் உள்ளன. இவை தவிர வரிசையாக வீரர்கள் மற்றும் பெண்கள் (உடன்கட்டை ஏறிய மனைவியர்களாக இருக்கக்கூடும்) ஆகிய சிற்பங்கள் காணப்படுகின்றன. பெண்கள் வில்லேந்திப் போரிடும் காட்சியில் அமைந்த சிற்பங்கள் என, நூற்றுக்கும் மேற்பட்ட உருவங்கள் தூணில் காணப்படுவதை ஆய்ந்து நோக்கும்போது, ஒரு போர்ச்சூழலில் இறந்து போன பெரும் வீரர்களுக்கும், அவர் மனைவிமார்க்கும், பாளையப்பட்டுக் குறு நில மன்னர் நிலையில் இருந்தவர்க்கும் எடுக்கப்பட்ட மிகப்பெரிய நினைவுக்கல்லாக இதைக் கருத வேண்டும். தூணின் உயரம், பெரும் வடிவம், நூற்றுக்கும் மேற்பட்ட எண்ணிக்கையில் சிற்பங்கள், சிற்பங்களின் நேர்த்தியான வேலைப்பாடுகள், அதன் ஒட்டுமொத்த பிரமாண்டம், பக்கத்திலே உள்ள வேலைப்பாடுகள் மிகுந்த தனிச் சிற்பங்கள் ஆகியவற்றை நோக்கும்போது மிகவும் முக்கியமான நிகழ்வு கருதி இந்த நினைவுத்தூண் எழுப்பப்பட்டிருக்கவேண்டும் என்பதையும், நினைவுத்தூண் எழுப்பியவரும் ஒரு முக்கியத்துவம் நிறைந்த பெரிய பதவியில் இருந்த தலைவராகத்தான் இருந்திருக்கவேண்டும் எனவும் கருதலாம். இக்கருத்தை, இவ்வூர்ப் பெரியவர்கள் கூறும்-மரபு வழியில் காப்பாற்றி வைத்திருக்கும்-செய்திகள் உறுதிப்படுத்துகின்றன.

நினைவுத்தூண் அமைந்துள்ள இந்த மாலக்கோயிலில் வழிபாடு நடத்துபவர்கள் இங்குள்ள "பாலவாரு "குலத்தவர். இவர்கள், ராஜ கம்பள நாயக்கர் வழி வந்தவர்கள்.

ராஜ கம்பள நாயக்கர் மொத்தம் ஒன்பது வகையினர் இருப்பதாகச் சொல்கிறார்கள். இவர்களுக்குக் குலதெய்வம் வல்லக்கொண்டீசுவரி என்னும் வல்லக்கொண்டம்மன் ஆகும். இந்தப் பாலவாரு குலத்தினர் திருமணச் சம்பந்தம் வைத்திருப்பது சில்லண்ணவார் குலத்தில். இந்தப் பாலவார் மக்கள், இந்த மாலக்கோயிலில் வாரத்துக்கு இருமுறை திங்கள், வெள்ளி ஆகிய நாள்களில் பொங்கலிட்டு வழிபாடு நடத்துகின்றனர். ஆண்டுக்கொருமுறை, மாசி மாதம் மகாசிவராத்திரியன்று இரவு 12 மணியளவில் வல்லக்கொண்டம்மனுக்குத்

திருக்கல்யாணம் நடத்தி, அன்னதானம் செய்து சிறப்பாகக் கொண்டாடுகிறார்கள். குலதெய்வப்பாடல்களாக இங்குள்ள மூதாட்டிகள் பாடும் நாட்டுப்பாடல்களில் போர் பற்றிய செய்திகளும், பாளையப்பட்டுத் தலைவர்களின் பல்வேறு பெயர்களும் காணப்படுவதாகச் சொல்கிறார்கள்.

மேலே கூறப்பட்ட மரபு சார்ந்த செய்திகளை உறுதிப்படுத்துவதுபோல், தூணின் மைய முகத்தில் அமைந்துள்ள புடைப்புவிளிம்புகளில், கல்வெட்டு எழுத்துகள் காணப்படுகின்றன. ஆராய்ச்சியாளர்கள் மூவரும், இந்த எழுத்துகளை ஆய்ந்து படித்து அதில் உள்ள செய்திகளை அறிந்தனர்.

கல்வெட்டு வரிகள் கீழே உள்ளவாறு படிக்கப்பட்டன.

சிறீமுக வருடம் ஆடி மாதம் 8 தேதி ஏகாதெசி
பெற்ற திங்கள் கிளமை னாள்
பாலவாரில் காம நாயக்கர் மகன்
வல்லைக்கொண்டம நாயக்கர் உண்டாக்கின
வீரகம்பம்.

தமிழ் வருடமான ஸ்ரீமுக ஆண்டில், ஆடி மாதம் எட்டாம் தேதி ஏகாதசி நாளன்று, பாலவார் குலத்தைச்சேர்ந்த காம நாயக்கர் மகன் வல்லக்கொண்டம நாயக்கர் என்பார் இந்த நினைவுச்சின்னமான வீரகம்பத்தை நிறுவினார் என்பது கல்வெட்டுச்செய்தி.

கல்வெட்டில் வரும் "பாலவார் "என்னும் சொல், இந்த நினைவுச்சின்னத்தை வழிபட்டு வரும் இவ்வூர் பாலவார் மக்களே என்று உறுதி செய்கிறது." வீரகம்பம் " என்பது வீரக்கல் அல்லது நடுகல், தூண் (கம்பம்) வடிவில் எழுப்பப்பட்டதை உறுதி செய்கிறது. ஸ்ரீமுக ஆண்டு, கி.பி. 1693, கி.பி. 1753 ஆகிய இரண்டு ஆண்டுகளுக்கும் பொருந்தி வரும் ஆண்டாகும். கி.பி. 1693-ஆம் ஆண்டு, பாளையக்கார நாயக்கர்களின் காலத்தை ஒட்டிவருவதால் இந்த வீரகம்பமானது, பாலவார் நாயக்க வம்சத்தைச் சேர்ந்த வல்லைக்கொண்டம நாயக்கர் என்பவரால் எடுப்பிக்கப்பட்டது எனக்கொள்ளலாம். இவர் பெயரும், இக்குலத்தவரின் குலதெய்வமான வல்லக்கொண்டம்மனுடன் இயைந்து போவதைப்பார்க்கிறோம். மேலும், கி.பி. 1693-ஆம் ஆண்டுக்காலகட்டத்தில் கம்மவாரு, கொல்லவாரு ஆகிய பாளையக்கார நாயக்கர்கள் மதுரை நாயக்க அரசர்களுக்குக் கீழ்ப்படிந்து ஆட்சி செய்து வந்தனர் என்பதைக்கொண்டு இக்கல்வெட்டு மற்றும் இந்த வீரகம்பத்தின் காலம் கி.பி. 1693 எனக்கொள்வதில் தவறில்லை.

குலதெய்வ வழிபாடு நடத்துவதன் மூலம், பாலவார் குல மக்கள் இந்த வரலாற்றுச் சிறப்புடைய தூண் நடுகல்லைப் பாதுகாத்து வருகிறார்கள் என்பதோடு தொடர்ந்து பாதுகாப்பார்கள் என்பது திண்ணம்.

- திங்கள், 27 ஜனவரி, 2014

3. அலங்கியம் - ஜார்ஜ் மன்னர் பெயரில் ஒரு விநாயகர்

விழுப்புரம் கல்வெட்டு ஆராய்ச்சியாளர் சி.வீரராகவனும் நானும் தாராபுரம் பகுதியில் கள ஆய்வு மேற்கொண்டபோது அலங்கியம் என்ற ஊரில் பேருந்து நிறுத்தம் மற்றும் காவல் நிலையம் அருகில் அமைக்கப்பட்டிருந்த ஒரு சிறிய பிள்ளையார் கோவில் மேடையில் ஒரு கல்வெட்டைப்பார்த்தோம். நெடுஞ்சாலைகளில் காணப்படும் மைல்கல்லின் வடிவத்தில் அக்கல்வெட்டு அமைக்கப்பட்டிருந்தது. அகலமான அதன் முன்பக்கத்துப்பரப்பில் ஆங்கிலத்தில் எழுத்துகள் பொறிக்கப்பட்டிருந்தன. அகலம் குறைவாயுள்ள அதனுடைய பக்கவாட்டு முகங்கள் இரண்டிலும் தமிழில் எழுத்துகள் பொறிக்கப்பட்டிருந்தன.

ஆங்கிலத்தில் பொறிக்கப்பட்ட எழுத்துகள் பெரிய அளவில் தெளிவாகக் காணப்படுகின்றன. கல்லின் மேற்புற வளைவுப்பகுதியில் "சக்கரவர்த்தி விநாயகர் "என்னும் தலைப்பு உள்ளது. தலைப்பில் இருக்கும் ."நாயகர்" என்னும் பகுதி, வளைவை அடுத்துக்கீழே எழுதப்பட்டுள்ள முதல் வரியில் அமைகின்றது. இதனைத்தொடர்ந்து அமைந்துள்ள எட்டு

வரிகளில், 1911-ஆம் ஆண்டு டிசம்பர் 12-ஆம் தேதியன்று (இவ்வூர்) இந்துக்கள், நமது சக்கரவர்த்தி ஐந்தாம் ஜார்ஜ் அவர்களின் முடிசூட்டு விழாவின் நினைவாக இந்த விநாயகரை நிறுவியுள்ளனர் என்னும் செய்தி எழுதப்பட்டுள்ளது.

தமிழில் பொறிக்கப்பட்டிருக்கும் இரண்டு பக்கங்களில் ஒன்றில்,

"கலியுகாதி 5013 வரு. காத்திகை மீ 27 தேதி
சார்சு சக்கரவர்த்திக்கி டில்"
என்றும், மற்றொரு பக்கத்தில்,

"பிசேகஞ்செய்த ஞாபகத்திற்கு இந்தவூர்
இந்துக்கள் செய்து வைத்த பிரஸ்டை
சக்கிரவர்த்தி வினாயகன்"

என்றும் எழுதப்பட்டுள்ளது. அதாவது, கலியுக ஆண்டு 5013-இல் கார்த்திகை மாதம், (இங்கிலாந்து) ஜர்ர்ஜ் சக்கரவர்த்தியவர்களின் முடிசூட்டு விழா (பட்டாபிஷேகம்) தில்லியில் நடைபெற்றதன் நினைவாக அலங்கியம் ஊர் இந்துக்கள் விநாயகரை எழுந்தருளிவித்து (பிரதிஷ்டை செய்து)) அந்த விநாயகருக்கு "சக்கரவர்த்தி விநாயகன்" என்று பெயர் சூட்டியிருந்திருக்கிறார்கள்.

ஆங்கிலமொழியில் எழுதப்பட்டுள்ள கல்வெட்டின் பாடத்தின்படி, விநாயகரைப் பிரதிஷ்டை செய்தது டிசம்பர், 12, 1911. இந்தத் தேதியோடு, கல்வெட்டின் தமிழ்ப்பகுதியில் குறிப்பிடப்பெறும் கலியுக ஆண்டு கார்த்திகை இருபத்தேழாம் தேதி ச்ரியாகப் பொருந்திவருகிறது. ஆங்கிலப்பகுதியில், முடிசூட்டு விழா எங்கு நடைபெற்றது என்னும் குறிப்பு இல்லை. ஆனால், தமிழ்ப்பகுதியில், விழா டில்லியில் நடைபெற்றது என்னும் குறிப்பு காணப்படுகிறது. "ஜார்ஜ்" என்னும் வடமொழி உச்சரிப்பு "சார்சு" என்றும், "பிரதிஷ்டை" என்னும் வடமொழி உச்சரிப்பு "பிரஸ்டை" என்றும், "பட்டாபிஷேகம்" என்னும் வடமொழி உச்சரிப்பு "(பட்டா)பிசேகம்" என்றும் எழுதப்பட்டுள்ளது குறிப்பிடத்தக்கது.

ஆங்கிலப்பகுதி “கடவுள் மன்னரைக் காப்பாற்றுவாராக” என்னும் பொருள் அமைந்த ஆங்கிலத்தொடருடன் முடிகின்றது.

மற்ற கடவுளர்க்கும் பிள்ளையார் என மக்களால் வழங்கப்படும் விநாயகருக்கும் ஒரு வேறுபாடு உள்ளது. மக்கள் நடுவில் எளிமையாக எங்கு வேண்டுமென்றாலும், கூரையே இல்லாமலும் கோவில் எழுப்ப இடங்கொடுக்கும் கடவுள் விநாயகர்தான். அதே போல், மக்கள் அவரவர்க்குத் தோன்றியவாறு புதுமையான பெயரிட்டு அழைக்கும் உரிமையும் பிள்ளையார்மேல்தான் உண்டு. விநாயக சதுர்த்தியின் போது, வெவ்வேறு வடிவக்காட்சிகளில் பிள்ளையார் சிலைகளை அமைப்பதைப்பார்க்கிறோம். அதேபோல், பல்வேறு பெயர்களையும் பிள்ளையாருக்குச் சூட்டிமகிழ்கிறார்கள்.

மேலே கண்ட அலங்கியம் விநாயகர் “சக்கரவர்த்தி விநாயகர்” என்னும் பெயரில் இங்கிலாந்துச்சக்கரவர்த்தி ஜார்ஜ் மன்னரை நினைவூட்டுகிறார்.

இனி, கல்வெட்டில் குறிப்பிடப்பெறும் ஐந்தாம் ஜார்ஜ் மன்னரின் முடிசூட்டு விழா பற்றிச் சில செய்திகளைக்குறிப்பிட வேண்டியுள்ளது. ஐந்தாம் ஜார்ஜ் மன்னர், லண்டனில் “வெஸ்ட் மினிஸ்டர் அப்பே” என்னும் வளாகத்தில் 1911-ஆம் ஆண்டு, ஜூன் 22-ஆம் தேதி முடிசூட்டிக்கொண்டார். இந்தியா போன்ற சில நாடுகள் இங்கிலாந்துச் சக்கரவர்த்தியின் ஆளுகைக்கீழ் இருந்தமையால், இந்தியச் சக்கரவர்த்தி என்னும் நிலையை வெளிப்படுத்திக்கொள்ள அவர் தில்லி அரசர்கள் நடத்திவந்த “தர்பார்” மரபுப்படி, தில்லியில் மீண்டும் முடி சூட்டும் விழாவினை நடத்த விருப்பங்கொண்டு, விழா தில்லியில் ”காரனேஷன்” பூங்காவில் நடத்தப்பட்டது. விழாவில் மேரி அரசியாரும் கலந்துகொண்டார். இதில் சிறப்பு என்னவெனில், இங்கிலாந்தில் சூடிய முடியை இங்கிலாந்தைவிட்டு வெளியில் கொண்டு செல்ல உரிமையில்லை என்னும் காரணத்தால் இந்திய முடிசூட்டு விழாவுக்குத் தனிப்பட ஒரு முடி (IMPERIAL CROWN OF INDIA) செய்யப்பட்டது.

ஆனால், அது இந்தியாவில் செய்யப்படவில்லை. இங்கிலாந்து அரச மரபினர்க்கென அணிகலன்கள் செய்து தரும் “GARRARDS & CO.” என்னும் வணிக நிறுவனம் செய்து தந்தது. விழா 1911-ஆம் ஆண்டு டிசம்பர் 12-ஆம் தேதியன்று நடைபெற்றது. மரபுப்படி, இந்திய சமஸ்தான மன்னர்கள் தர்பாரில் மன்னர்முன் நின்று வணங்கிச்சென்றனர். இவ்வாறு இங்கிலாந்துக்கு வெளியில் நடைபெற்ற விழாவில் நேரில் அரசர்,அரசியார் கலந்துகொண்ட விழா இது ஒன்றே எனக்கூறப்படுகிறது.

நாட்டு விடுதலை பற்றிய விழிப்புணர்வு ஏற்படுவதற்கு முன்பிருந்த காலகட்டமாகையால். ராஜமரியாதையைக்காட்டுவது வழக்கத்தில் இருந்திருக்கவேண்டும். இது போன்ற நினைவுச்சின்னங்கள் நாட்டில் ஆங்காங்கே அமைக்கப்பட்டுள்ளன எனத்தெரிகிறது. சென்னையில் உள்ள கல்வெட்டு அறிஞரான சு.இராசகோபால் அவர்கள் கொடுத்த சில செய்திகளாவன:

மதுரை அருகே திருவாதவூரில், மன்னர் ஐந்தாம் ஜார்ஜ் மற்றும் அரசியார் மேரி இருவரின் முடிசூட்டு விழாவை முன்னிட்டு விளக்குத்தூண் ஒன்று நிறுவப்பட்டுள்ளது. நகரத்தார் ஊரான கோட்டையூரில், ஒரு வீட்டு நுழைவாயில் வளைவுகளில் இங்கிலாந்து அரசர் மற்றும் அரசியரின் சுதை உருவங்களும், வீட்டினுள் வண்ணப்படங்களும் காணப்படுகின்றன.

புதுமையான பெயரில் பிள்ளையார் கோவில் எழுப்பப்படுவது உண்டு. அவ்வகையில், சென்னையில் உள்ள அறுபடை முருகன் கோவிலின் நடுவில், அமெரிக்கா வாழ் நகரத்தார் எழுப்பிய "நியூயார்க் பிள்ளையார்" கோவில் அமைந்துள்ளது.

மேற்படி அலங்கியம் விநாயகர் கோவில் கல்வெட்டு, தமிழகத்தொல்லியல் துறையினரால் படிக்கப்பட்டு 2010-ஆம் ஆண்டு வெளியிடப்பெற்ற "திருப்பூர் மாவட்டக்கல்வெட்டுகள்" நூலில் தொகுக்கப்பட்டிருப்பினும், அலங்கியம் ஊர் மக்கள் தம் ஊரில் இருக்கும் கல்வெட்டினை அறியாதிருக்கலாம். அறிந்திருப்பவர்களிலும் பலருக்கு அதன் வரலாற்றுப்பின்னணியும், செய்தியும் தெரியாதிருக்கலாம். "பண்டைய அரசியல், வரலாறு, சமயம், பண்பாடு ஆகியவற்றை அறிய முதன்மைச்சான்றுகளாக அமையும் கல்வெட்டுகளின்" செய்திகள் மக்களை எட்டவேண்டும் என்பதற்காகவே இக்கல்வெட்டுச்செய்தி இந்நூலில் வெளியிடப்பெறுகிறது.

- திங்கள், 27 ஜனவரி, 2014

4. குருநல்லிபாளையம் – சூலக்கல் கல்வெட்டு

நெகமத்தைச் சுற்றியுள்ள பகுதிகளில் தொல்லியல் தொடர்பான நடுகல் சிற்பங்களும், கல்வெட்டுகளும் அண்மைக் காலத்தில் கிடைத்து வந்துள்ளன. அந்த வகையில், நெகமத்துக்கருகில் அமைந்துள்ள குருநல்லிபாளையம் கிராமத்தில் சூலக்கல் என அழைக்கப்படும் ஒரு கல்வெட்டு கிடைத்துள்ளது. தேவனாம்பாளையத்தைச் சேர்ந்த, வரலாற்று ஆர்வலர் ருத்திரன் என்பவர் தெரிவித்த தகவலின் அடிப்படையில் நேரில் பார்வையிடச்சென்றிருந்தேன். ஊர்க்கவுண்டர் வேலுச்சாமி அவர்களும், அவரது நண்பரான அருணாசலம் என்பவரும் சூலக்கல் இருந்த இடத்துக்கு அழைத்துச்சென்றனர். ருத்திரனும் உடன் இருந்தார்.

குருநல்லிபாளையத்தில் தற்போது பைரவர் கோவில் அமைந்துள்ளது. அதற்கு எதிர்ப்புறத்தில் சற்றே மேட்டுப்பாங்கான இடத்தில் விவசாய நிலத்தில், ஒரு சிறிய வேப்பமரத்தை ஒட்டிச்சாய்ந்த நிலையில், செடி புதர்களுக்கிடையில் உயரமாக குத்துப்பாறைக்கல் காணப்பட்டது. வெளியே தெரிந்த பக்கத்தில் ஒரு திரிசூல உருவம் செதுக்கப்பட்டிருந்தது. மறுபுறம் சரியாகப் பார்க்க இயலாததால், ஊர்க்கவுண்டரின் உதவிபெற்று ஆட்களைக்கொண்டு செடி,கொடிகளை அகற்றிவிட்டு, மண்ணைத்தோண்டிக் கற்பாறையை நிமிர்த்துச் சாய்த்துப்பார்த்ததில் எழுத்துகள் காணப்பட்டன. பாறையை நீரால் கழுவித்தூய்மைப்படுத்தி, கருப்பு மசியால் படியெடுத்து, கல்வெட்டு வாசகத்தைப் படித்ததில் பின் வரும் செய்திகள் புலனாயின.

குறுநீலி என்னும் கிராமம், கோவில் ஒன்றுக்குத் தேவதானமாகச் சர்வமானியமாகத் தானம் அளிக்கப்பட்டது என்பது செய்தி. குறுநீலி கிராமம் தேவதானமாகக் கொடுக்கப்பட்டதால், குடி மக்கள் செலுத்தும் கடமை போன்ற அரசு வருமானம் கோவிலுக்கே பயன்படக்கூடியது என்னும் கருத்தை உள்ளடக்கி, கல்வெட்டு வாசகம் அமைந்துள்ளது. இந்தத் தானம் அளிக்கப்பட்ட காலம் சர்வதாரி என்னும் வருடத்தில் தை மாதம் ஆகும். கல்வெட்டின் முதல் ஆறு வரிகள் மிகவும் சிதைந்து போயிருந்த நிலையில், அந்த ஆறு வரிகள் படிக்க இயலவில்லை. எனவே, தானம் எந்த அரசர் காலத்தில் அளிக்கப்பட்டது என்னும் செய்தியும்,

எந்தக்கோவிலுக்குத் தானம் அளிக்கப்பட்டது என்னும் செய்தியும் உறுதிபடத்தெரியவில்லை. ஆனால், கல்வெட்டுகளில் காணப்படும் "தேவதானம்" என்னும் சொல், சிவன் கோவிலுக்கு அளிக்கப்பட்ட தானத்தையே குறிப்பதால், இந்த தேவதானக்கொடையும் ஒரு சிவன் கோவிலுக்குரியது என்பதில் ஐயமில்லை. குருநல்லிபாளையத்தில் எந்த ஒரு சிவன் கோவிலும் இல்லை என்பதாலும், இவ்வூருக்கருகில் அமைந்துள்ள தேவனாம்பாளையத்தில் அமணலிங்கேசுவரர் கோவில் என்னும் பெயரில் சிவன் கோவில் இருப்பதாலும், இங்குக் குறிப்பிட்ட கொடையானது தேவனாம்பாளையம் சிவன் கோவிலைச் சேர்ந்ததாக இருக்கலாம் எனக்கருத நிறைய வாய்ப்புண்டு.

மேற்படிக் கருத்தை உறுதிப்படுத்துவது போன்று, சில சான்றுகள் தென்படுகின்றன. குருநல்லிபாளையம் எனத் தற்போது அழைக்கப்படும் இந்த ஊர், கல்வெட்டில் "குறு நீலி "என்ற பழம்பெயரால் வழங்கப்பட்டு வந்துள்ளது. தேவனாம்பாளையம் சிவன் கோவிலில், மொத்தம் எட்டு பழங்கல்வெட்டுகள் காணப்படுகின்றன. அவை அனைத்தும் கொங்குச்சோழர்களில் ஒருவனான மூன்றாம் விக்கிரம சோழன் காலத்துக்கல்வெட்டுகள் ஆகும். இவனுடைய ஆட்சிக்காலம், கி.பி. 1273 முதல் கி.பி. 1305 வரையிலானது. இவ்வரசனுடைய இருபத்தொன்பது, முப்பது ஆகிய ஆட்சியாண்டுகளில் (அதாவது கி.பி. 1302-1303), இக்கோவிலில் பெரியதொரு திருப்பணி நடைபெற்றிருக்க வேண்டும் எனக்கல்வெட்டுச் செய்திகளால் அறிகிறோம். அது சமயம், குறுநீலியைச்சேர்ந்த வெள்ளாளர்கள் பலர் கோவிலுக்குக் கொடை அளித்துள்ள செய்தி தேவனாம்பாளையத்துச் சிவன் கோவில் கல்வெட்டுகள் மூலம் தெரிய வருகிறது. எனவே, குறுநீலி கிராமத்தவர்க்கும் தேவனாம்பாளையம் சிவன் கோவிலுக்கும் உள்ள நெருங்கிய தொடர்பு தெளிவாகிறது. இதிலிருந்து, குறுநீலி என்னும் குரு நல்லிபாளையத்து சூலக்கல்லில் குறிப்பிடப்படுகின்ற தேவதானக்கொடை தேவனாம்பாளையம் சிவன் கோவிலுக்கு அளிக்கப்பட்டது எனக்கொள்வதில் தவறில்லை.

மேலும், கல்வெட்டில் வரும் ஒரு வரியானது,

"...ப் பிள்ளையா

ற்குப் பூசைக்கு ...."

என்று காணப்படுவதை ஆய்வுக்கு எடுத்துக்கொண்டால், தானம் எந்த இறைவர்க்கு அளிக்கப்பட்டிருக்கக்கூடும் என யூகிக்கலாம். "பிள்ளையார்(ற்)" என்னும் தொடர் கல்வெட்டில் பொதுவாக மூன்று கடவுளர்களைக் குறிப்பதாக அமையும். "மூத்த பிள்ளையார்" என்னும் தொடர் வினாயகரையும், "இளைய பிள்ளையார்"என்னும் தொடர் முருகனையும், "க்ஷேத்திரப்பால பிள்ளையார்" என்னும் தொடர் கால பைரவரையும் குறிக்கும். மேற்படி கல்வெட்டு வரியையும், இக்குறிப்புகளையும் கொண்டு, தேவனாம்பாளையம் சிவன் கோவிலில் எழுந்தருளியிருந்த முருகன் திருச்சன்னதியின் பூசைக்கோ, அல்லது காலபைரவர் திருச்சன்னதியின் பூசைக்கோ தானம் அளிக்கப்பட்டது எனக்கருதலாம்.

தற்போது, குறுநீலியில் பைரவர் கோவில் இருப்பதைப்பார்க்கும்போது, கொடை காலபைரவர்க்காகத் தரப்பட்டது என்றும், காலபைரவர், தேவனாம்பாளையத்திலிருந்து கொணரப்பட்டு ஏதோ ஒரு காரணத்துக்காகக் குறு நீலியில்

பிரதிஷ்டை செய்யப்பட்டிருக்கலாம் எனவும் கருத வாய்ப்புள்ளது. இவ்வாறு, பல்வேறு செய்திகளைக்கொண்டுள்ள- கி.பி. 14-ஆம் நூற்றாண்டைச் சேர்ந்த இச்சூலக்கல், இப்பகுதி வரலாற்றுத் தொடர்புடைய ஒன்று என்பதை உறுதி செய்கிறது. இச்சூலக்கல், மீளாய்வுக்கு உட்படுத்தப்படும்போது மேலும் பல புதிய செய்திகளைத் தரக்கூடும்.

கல்வெட்டின் பாடம் வருமாறு :

1. - 6. வரிகளில் எழுத்துகள் தேய்ந்துள்ளன.

7. . . . . ப்பிள்ளையா

8. ற்குப்பூசைக்கு சறு

9. வதாரி வருஷத்து தை

10. மாதம் முதலிந்த நா

11. ட்டில் குறுநீலி தேவதா

12. நமாகச்சறுவமானிய

13. மாகக்குடுத்தோம் சந்

14. திராதித்தவரைக்கு இக்

15. கோயிலி(ல்) .. .. .. னுகு

16. .. .. பட்ட குடி

17. மைப்பாடுந்தாழ்வற நட

18. த்தபெ(று)வார்களாக

19. இப்படிக்கு இது பந்மாஹே

20. ஸ்வர இரக்ஷை

- திங்கள், 12 மே, 2014

5. சரவணம்பட்டி – மருத்துவம் சொல்லும் கல்வெட்டு

19.09.2014 அன்று தொல்லியல் ஆர்வலரும் பள்ளி ஆசிரியருமான கிருஷ்ணகுமார், கோவை-சத்தியமங்கலம் சாலையில் அமைந்துள்ள சரவணம்பட்டியில் ஒரு சிறிய கல்வெட்டு இருப்பதாகவும், எழுத்துகள் அண்மைக்காலத்தனவாக இருப்பதாகவும் அங்கு சென்று அதைப்படித்துத் தருமாறும் கேட்டிருந்தார். எனவே, மறுநாள் காலை (20.09.2014) அங்கு சென்றிருந்தேன். ஊருக்குள் செல்லும் ஒரு சிறிய சாலையில் மளிகைக்கடை ஒன்றின் முன்புறம் அக்கல் நிறுத்தப்பட்டிருந்தது. சாலையை விட்டுத்தள்ளியிருந்த மண் பகுதியில் பதிக்கப்பட்டிருந்தாலும் கல்லைச் சுற்றி 'சிமெண்ட்' கொண்டு பூசப்பட்டிருந்தது. கல்லின் மேற்புறம் பூமாலை சாத்தப்பட்டிருந்தது. கல்லின் அடியில் ஓரிரு அகல் விளக்குகள் காணப்பட்டன. மேற்புறம் அகன்றும் கீழ்ப்புறம் குறுகியும் காணப்பட்ட அக்கல்லில் எழுத்துகள் எழுதப்பட்ட பரப்பு நன்கு மட்டப்படுத்தப்படாமல் சற்றே குழியும் மேடுமாக இருந்ததாலும், எழுத்துகள் தெளிவான வடிவத்தில் வெட்டப்படாததாலும் முதல்

பார்வையில் படிக்க இயலவில்லை. எனவே, கல்லைத் தண்ணீர் விட்டு நன்கு கழுவித் தூய்மையாக்கி சுண்ணப்பொடி பூசிக் காயவைத்தபின் பார்க்கையில் எழுத்துகள் ஓரளவு புலப்பட்டன.

கல்லில் ஐந்து வரிகளில் எழுத்துகள் இருந்தன. உச்சியில் இரு எழுத்துகளின் வடிவம் இருப்பினும் இனம் காண இயலவில்லை. ஐந்து வரிகள் முடிந்த நிலையில் ஆறாவது வரியில் 'ம்' என்னும் ஒற்றை எழுத்து இருந்தது. முதல் இரு வரிகள் படிக்க இயன்றது. அடுத்த இருவரிகள் படிக்க இயலவில்லை. ஐந்தாவது வரி மற்றும் இறுதியில் உள்ள ஒற்றை எழுத்தும் சேர்ந்து படிக்கமுடிந்தது. கல்வெட்டுப்பாடம் வருமாறு:

....
1 கால்லு
2 தைத்து (தைத்தா)
3 ....
4 ....
5 நீங்கும்

அப்பகுதியில் சந்தித்த, அகவையில் மூத்த ஒரு சிலரிடம் இக்கல் பற்றிக்கேட்கையில் சுவையான ஒரு செய்தியைச் சொன்னார்கள். முன்பு இங்கு வாழ்ந்திருந்த வேளாளர் வகுப்பைச் சேர்ந்த பெரியவர் ஒருவர் இப்பகுதி மக்களின் சிறு சிறு உடல் நலக்குறைகள் நீங்க மருந்து கொடுத்தும், உடல் நலத்தில் சுணக்கம் அடைந்த குழந்தைகளுக்கு ஓதியும் (கொங்குப்பகுதியின் நாட்டார் வழக்கில் இதை "மந்திரித்தல்" என்பார்கள்) மருத்துவப்பணியில் ஈடுபட்டு வந்துள்ளார் என அறிகிறோம். அவர், இந்தக் கல்லை நட்டுவைத்தார் என்று கூறுகிறார்கள். கால்வலி போன்ற கால் தொடர்பான துன்பங்கள் நீங்க கல்லில் ஏதோ ஒரு ஆற்றலை ஏற்றி நட்டுவைத்தார் என்றும் அவ்வாறே இந்தக்கல்லின் மீது காலை வைத்துச் சிறிது நேரம் மனத்தில் அமைதி காத்தால் துன்பம் நீங்கும் என்னும் நம்பிக்கையில் இப்பகுதி மக்கள் செய்து வந்துள்ளனர் என்றும் சொன்னார்கள். பலரும் இச்செவிவழிச் செய்தியைச் சொன்னமை கல்வெட்டில் காணப்படும் சொற்றொடரோடு பொருந்திவருவதைக் காண்கிறோம். கால் கொண்டு கல்லை மிதித்தலைக் கல்வெட்டு "கால்லுதைத்து" என்றும், நோய்த்துன்பம் அகலும் என்பதைக் கல்வெட்டு "நீங்கும்" என்றும் குறிப்பிடுகிறது.

இவ்விடத்தில், "விவேக சிந்தாமணி" என்னும் தமிழ் நூலில் காணப்படும் செய்தி ஒன்று நினைவுக்கு வருகிறது. புலவர் ஒருவருக்குக் காலில் நெருஞ்சி முள் தைத்துவிட்டது. ஆனால், அதை மிகைப்படுத்தி ஊர் மருத்துவரிடம் சென்று பாம்புக்கடிக்கு

மருத்துவம் நாடி வந்ததைப்போலத் தன் புலமையை நுழைத்து, முள் தைத்ததைப் பாடல்வழியே அவர் புலப்படுத்தினார்.

அப்பாடல் வருமாறு

முக்காலைக் கையில் எடுத்து
மூவிரண்டுக்கு ஏகையிலே
அக்காலை ஐந்துதலை நாகம்
ஆழ்ந்து கடித்தது காண்.

மருத்துவரும் மதிநுட்பம் நிறைந்தவர். புலவரின் பாணியிலேயே அவரும் ஒரு புதிர்ப்பாடல் வழியே முள் தைத்தமைக்கு மருத்துவம் சொன்னார். மருத்துவரின் மருந்து பின் வரும் பாடலில் காண்க.

பத்துரதன் புத்திரனின் மித்திரனின்
சத்துருவின் பத்தினியின்
கால் வாங்கித் தேய்.

முள் தைத்ததைப் புலவர் சொன்ன பாங்கை நோக்குக. முக்கால் என்பது மூன்றாவது காலான தடி அல்லது கோல். மூவிரண்டு என்பது ஆறு. ஐந்துதலை நாகம் என்பது ஐந்து பிரிவாகப் பிரிந்த தோற்றத்தில் அமைந்துள்ள நெருஞ்சி முள். கோலை ஊன்றியவாறு ஆற்றுக்குப் போகும் வழியில் நெருஞ்சி முள் தைத்துவிட்டது என்பது செய்தி.

இப்போது மருத்துவரின் மருத்துவம் என்ன என்று பாருங்கள். பத்துரதன் என்பவன் பத்து ரதங்களையுடைய தசரதன். அவனுடைய புத்திரன்(மகன்) இராமன். இராமனின் மித்திரன்(நண்பன்) சுக்கிரீவன். சுக்கிரீவனின் சத்துரு(பகைவன்) வாலி. வாலியின் பத்தினி(மனைவி) தாரை என்பாள். "தாரை" என்பதில் காலை எடுத்துவிட்டால் "தரை" என்றாகிறது. எனவே, முள் தைத்த காலைத் தரையில் தேய்க்க முள் அகன்றுவிடும் என்பது இதன் பொருள். என்னே புலமை தரும் இன்பம்!

குறிப்பு : "விவேக சிந்தாமணி" நூலில் வரும் பாடல் குறிப்பைத் தந்து உதவியவர் திரு. வெ.சின்னராசு, கருவம்பாளையம், திருப்பூர்.

- செவ்வாய், 23 செப்டம்பர், 2014

6. பெள்ளாதி – கோட்டை

பெள்ளாதி. கோவை மாவட்டத்தில் காரமடை வட்டத்தில் உள்ள ஓர் ஊர். காரமடைக்கு அருகில் அமைந்துள்ளது. பலருக்கும் தெரிந்திராத ஊர். இச் சிறிய ஊர் வரலாற்றுத்தடயங்களைப் பெற்றிருப்பது நமக்குச் சற்றே வியப்பை அளிக்கிறது. தமிழகத் தொல்லியல் துறையினர் 2007-ஆம் ஆண்டில் வெளியிட்ட "கோவை மாவட்டக் கல்வெட்டுகள்-தொகுதி 2" என்னும் நூலில் இந்த ஊர் இடம் பெறுகிறது. இரு கல்வெட்டுகள் இவ்வூர் சிவன் கோவிலில் காணக்கிடைப்பதாக மேற்படி நூலில் குறிப்பிடப்படுகிறது. எனவே, கல்வெட்டுகளைத் தேடிப்படிக்க நான் மேற்கொள்ளும் பயணங்களில் ஒன்றாக பெள்ளாதிப் பயணத்தையும் இணைத்துக்கொண்டேன். இப்பயணத்தில் உறவினர் இரு இளைஞரும் உடன்வந்தனர். காரமடையிலிருந்து பெள்ளாதியை அடைந்தோம். சிவன் கோவிலைக்கேட்டறிந்து கோவில் அருகே சென்றபோது அங்கு தோட்டத்துடன் இணைந்த ஒரு வீட்டில் சிவசாமி என்னும் பெரியவரிடம் பேசியதில் பல புதிய செய்திகள் தெரியவந்தன.

திப்புசுல்தான் பெள்ளாதிப்பகுதியில் கோட்டை ஒன்றை அமைத்திருந்ததாகவும் கோட்டையில் பீரங்கிமேடு அமைத்து அதில் பீரங்கியை நிறுத்திவைத்திருந்ததாகவும் இன்னும் அந்த பீரங்கிமேடு அங்கே கோவிலுக்கு அருகே இருப்பதாகவும் சொன்னார். தொல்லியல் துறையினர் பீரங்கிமேட்டுப்பகுதியில்

முப்பத்திரண்டு கல் குண்டுகளைக் கண்டெடுத்ததாகவும் சொன்னார். பீரங்கிமேடு பற்றியும் கல்குண்டுகள் தொடர்பான தொல்லியல் துறையின் கண்டுபிடிப்பு பற்றியும் செய்திகள் வெளிவந்துள்ளனவா எனத்தெரியவில்லை.

சிவன் கோவிலையும் கல்வெட்டையும் பார்த்தபின்னர் பீரங்கிமேட்டைப் பார்க்க எண்ணி, முதலில் கோயிலுக்குச் சென்றோம். அன்னூரில் பள்ளியொன்றில் முதல்வராயிருக்கும் மகேஷ்குமார் (மேற்படி சிவசாமி அவர்களின் மகன்) எங்களைக் கோயில் இருக்குமிடத்த்துக்கு அழைத்துச்சென்றார். கோவில் பூட்டியிருந்தது. எனவே கோயில் வளாகத்தை மட்டும் சுற்றிப்பார்த்தோம். இறைவன், இறைவி இருவருக்கும் தனித்தனியே திருமுன்கள் (சன்னதிகள்). இரண்டுமே கற்றளிகள். கருவறை, இடைநாழி, அர்த்தமண்டபம் என்னும் அமைப்போடு கட்டுமானம் விளங்குகிறது. அதிட்டானப்பகுதி ஜகதி, முப்பட்டைக்குமுதம், கண்டம், பட்டிகை என்று கோவிலின் முதன்மையான உறுப்புகளோடு அமைந்திருந்தது. ஜகதி என்னும் உறுப்பு நிலத்தின் கீழே புதைந்துள்ளது. கல்வெட்டு, அர்த்தமண்டபத்தின் பட்டிகைப்பகுதியில் மூன்று நீண்ட வரிசைகளில் வெட்டப்பட்டிருந்தது. கல்வெட்டின் பாடம் கீழ் வருமாறு:

கல்வெட்டின் பாடம்

வரி 1. சுபமஸ்து ஸ்வஸ்த்திஸ்ரீமன் ஸ்ரீவீரகிஷ்ணராயற்கு கலியுக சகார்த்தம் 1439க்கு மேல் செல்லாநின்ற ஈசுர வருஷம் அற்பசி மத உ வடபரிசார நாட்டில் வெள்ளாதியில் ஆளுடைய தம்பிரானார் வீரசங்காதீசுரமுடையாற்கு

வரி 2: வெள்ளாதியில் திருமாடல கோத்திரத்துக் கணக்கு மல்லயனேன் நான் இன்னயினார் கோயில் திருநந்தா விளக்குக்கு குடுத்த (பணம் குறியீட்டில்) 40 இப்பணம் நாற்பதுக்கும் சந்திராதித்தர்வரைக்கு குடங்கொ

வரி 3: ண்டு கோயில் புகும் பிராமணன் நந்தாவிளக்கு ஒன்றும் தினந்தோறுந் தப்பாமல் குறைவற நடத்திவரக் கடவாராகவும் இதுக்கு அகிதம் பேசி விலகினார் ஏழெச்சமறுவான் இது பன்மாயேசுர ரக்ஷை.

கல்வெட்டு, விஜயநகரப்பேரரசர் கிருஷ்ணதேவராயர் காலத்தைச்சேர்ந்தது. கிருஷ்ணதேவராயரின் ஆட்சிக்காலம் கி.பி. 1509 முதல் கி.பி. 1529 வரை. கல்வெட்டில் கலியுக சகார்த்தம் 1439 எனத் தரப்பட்டிருப்பினும் 1439 என்பது சக ஆண்டைக்குறிக்கும்.

சக ஆண்டு 1439, கி.பி. 1517-ஆம் ஆண்டாகும். எனவே, இக்கல்வெட்டின் காலம் கி.பி. 1517. ஐந்நூறு ஆண்டுகளுக்கு முற்பட்டது.

தொல்லியல் துறையின் நூலில் இன்னுமொரு கல்வெட்டு கொங்குப்பாண்டியன் சுந்தரபாண்டியன் காலத்தது என்று தரப்பட்டுள்ளது. அக்கல்வெட்டின் அடிப்படையில் கோயில் கி.பி.1312-ஆம் ஆண்டுக்கு முன்பே கட்டப்பட்டிருப்பது உறுதி ஆகிறது. எனவே கோயில் எழுநூறு ஆண்டுப்பழமை வாய்ந்தது என அறியலாம். கல்வெட்டில் ஊர்ப்பெயர் வெள்ளாதி எனக் குறிக்கப்படுகிறது.

கோயிலில் எழுந்தருளியுள்ள இறைவர் பெயர் வீரசங்காதிசுரமுடையார் எனக் கல்வெட்டு கூறுகிறது. தற்போது வழங்கும் பெயர் தெரியவில்லை. வீரசங்காதீசுவரர் என்னும் பெயர், சைவ சமயத்தோடு தொடர்புடைய பெயராகத்தெரியவில்லை. மேலே குறிப்பிட்ட கல்வெட்டுச் சான்றுகளின் அடிப்படையில் இது சிவன் கோயிலாக இருப்பினும், வீரசங்காதம் என்னும் பெயர், கோயிலானது கி.பி. 14-ஆம் நூற்றாண்டுக்கு முன்னர் சமணத்தொடர்புடையதாக இருந்திருக்கக்கூடும் எனக் கருத இடமளிக்கிறது. ஏனெனில், விழுப்புரம் மாவட்டம் திருநறுங்கொண்டை என்னும் ஊரில் கி.பி. 14-ஆம் நூற்றாண்டை ஒட்டிய காலகட்டத்தில் வீரசங்கம் என்ற சமணச்சங்கம் செயல்பட்டதையும் அச்சங்கத்தினர் ஆங்காங்கே விரசங்காதப்பள்ளிகளை நிறுவினர் என்பதையும் வரலாற்றுக்குறிப்புகள் உணர்த்துகின்றன. சேவூர் அருகில் இருக்கும் ஆலத்தூர் சமணக்கோயில் வீரசங்காதப்பெரும்பள்ளி என அழைக்கப்பட்டதை அக்கோயிலின் கல்வெட்டுகள் சுட்டுவதைக் காணலாம். எனினும், கோயிலின் சமணத்தொடர்பு அறுதியன்று. ஆய்வுக்குரியது.

கொங்குமண்டலத்தில் கோவையைச்சுற்றியுள்ள பகுதிகள் வடபரிசார நாடு என்னும் நாட்டுப்பிரிவில் அடங்கும். மேற்படி கல்வெட்டு, பெள்ளாதி ஊர் வடபரிசார நாட்டைச்சேர்ந்தது எனக்குறிப்பிடுகிறது. தமிழக அரசர்களின் கல்வெட்டுகள் எல்லாம் "ஸ்வஸ்திஸ்ரீ" எனத்தொடங்கும். விஜயநகர அரசர்களின் கல்வெட்டுகளிலோ "சுபமஸ்து" என்னும் தொடக்கச்சொல் காணப்படும். மேலும் "ஸ்ரீமது", "ஸ்ரீமன்" ஆகிய சொற்களும் பயிலும். இக்கல்வெட்டிலும் அவ்வாறே சொற்கள் வருவதைக் காண்கிறோம். கல்வெட்டில் "1439", "40" ஆகிய எண்கள், தமிழ் மொழியில் வழங்கும் எண்களின் குறியீட்டில் அமைந்துள்ளன. பணம் என்னும் சொல்லும் குறியீட்டில் எழுதப்பட்டுள்ளது. தற்காலத்தே,

வங்கிக் காசோலையில் பணத்தின் மதிப்பு எண்ணாலும் எழுத்தாலும் குறிக்கப்பட்டு ஐயத்திற்கிடமின்றி ஆவணப்படுத்தும் வழக்கம் இருப்பதுபோல், அக்காலத்தே கல்வெட்டுகளில் ஆவணப்படுத்துதல் வழக்கத்தில் இருந்துள்ளது. இக்கல்வெட்டிலும் 40 பணம் எண் குறியீட்டாலும் எழுத்துகளாலும் சுட்டப்பெறுகிறது. மல்லயன் என்னும் பிராமணன் கோயிலில் நந்தா விளக்கு எரிப்பதற்காக நாற்பது பணம் கொடையாக அளித்தான் என்பது செய்தி. பிராமணர்க்குரிய கோத்திரப்பெயரும் குறிக்கப்படுகிறது. மாடல கோத்திரம். ("மாடல மறையவன்" என்னும் சிலப்பதிகாரத் தொடர் இங்கே நினைவுக்கு வருகிறது.)

கல்வெட்டுகளில் சுட்டப்பெறும் அறச்செயல்கள் தடையின்றித் தொடர்ந்து நடைபெறவேண்டும் என விரும்பிய மக்கள், அவை நிலவும் கதிரும் உள்ளவரை நடத்தப்பெறவேண்டும் என எழுதி வைத்தனர். "சந்திராதித்தர்வரை" என இக்கல்வெட்டிலும் குறிக்கப்பட்டுள்ளது. இந்த அறத்தைச் செய்யாமல் விலகுவோர் தம் ஏழு பிறவிகளிலும் மக்கட்பேறின்றி அல்லலுறுவர் என்பதையும் கல்வெட்டிலே பொறித்தார்கள். "ஏழெச்சம் அறுவான்" என்னும் தொடர் இதனை விளக்கும்.

கோயிலில், கருவறை அர்த்தமண்டபம் ஆகிய கட்டுமானங்களைத் தவிர்த்துச் சுற்றுமதிலோ, பிற பரிவாரத்தெய்வங்களின் திருமுன்களோ (சன்னதி) காணப்படவில்லை. நந்திச் சிற்பத்தோடு கூடிய ஒரு நந்தி மண்டபம் உள்ளது. நந்திச் சிற்பமும் பழமையான தோற்றத்தைக் கொண்டுள்ளது. கோயில் வளாகம் பாவு கல்லால் பாவப்படவில்லை. மண் தரை, சிறு சிறு கற்களும் முள்ளும் பரவி நடக்க எளிதாயில்லை.

அடுத்து நாங்கள் அருகே ஒரு தோட்டத்தில் அமைந்துள்ள நடுகல் சிற்பத்தைக்காணச்சென்றோம். இந்த நடுகல் சிற்பம் புலிகுத்திக்கல் என அழைக்கப்படுகிறது. கல்வெட்டுடன் கூடிய இந்நடுகல் பற்றி மேற்சுட்டிய தொல்லியல் துறைக்கல்வெட்டு நூலில் (தொடர் எண்: 936/2003) குறிப்பிடப்பெறுகிறது. மறவர்களுக்கு நடுகல் எடுக்கப்பட்டதைச் சங்க இலக்கியங்கள் கூறுகின்றன. போரில் இறந்துபட்ட வீரர்களுக்கும், முல்லை நிலப்பகுதியில் ஆநிரை கவர்தலிலும், மீட்டலிலும் ஈடுபட்டு இறந்த வீரர்களுக்கும் நடுகல் நட்டு மக்கள் வணங்கினர். (ஆநிரையில் ஆடுகளும் அடங்கும் எனலாம்) கோவைப்பகுதி பழங்காலத்தே பெருமளவில் முல்லை நிலப்பகுதியாக விளங்கியமையால் பட்டிகளில் ஆநிரை காத்த வீரர்கள் ஆடுமாடுகளைத் தின்னவரும் புலிகளுடன் போரிட்டு மடிவதுண்டு. (புலியைக்கொன்ற பின்னரே வீரன்

கொங்கு நாட்டுத் தொல்லியல் சின்னங்கள் | 37

மடிகிறான்) அத்தகைய வீரர்களுக்கு நடுகல் எடுத்து வணங்கினர். கோவைப்பகுதியில் இவ்வகை நடுகற்கள் புலிகுத்திக்கல் என்னும் பெயரால் அழைக்கப்படுகிறன. இக்கற்களில் வீரன் புலியைக் குத்திக்கொல்லும் காட்சி புடைப்புச்சிற்பமாகச் செதுக்கப்பட்டிருக்கும். இந்நடுகற்கள் பெரும்பாலும் எழுத்துகள் பொறிக்கப்படாமல் இருக்கும். அரிதாகச் சில நடுகற்கள் எழுத்துப் பொறிப்பைக்கொண்டிருக்கும். நாங்கள் பார்த்தது எழுத்துடைய நடுகல்.

நல்ல வெண்மையான நிறத்துடன் ஏறத்தாழ நான்கு அல்லது நாலரை அடி உயரத்தில் உள்ள இக்கல்லில் வீரன் புலியுடன் போரிட்டுக் கொல்லும் காட்சி பொறிக்கப்பட்டுள்ளது. சிற்பத்தின் கீழே ஆறுவரிகளில் எழுத்துகள் பொறிக்கப்பட்டுள்ளன. வீரனின் தலையில் தலைப்பாகை; காதுகளில் காதணிகள்; கழுத்திலும் அணிகள். கைகளில் தோள்வளை காணப்படுகிறது. வீரனின் இடைப்பகுதியில் இடைக்கச்சு. கால்களில் கழல்கள். வீரன் தன் வலக்கையால் நீண்ட வாளைப் புலியின் நடுமார்பில் பாய்ச்சிய நிலையில் வாள் புலியின் உடலைக் குத்தி உடலின் மறுபுறம் வெளிவந்த தோற்றம். இடக்கை புலியின் முகத்தருகே நெருங்கிய நிலையில் கைவிரல்கள் தோன்றாதவாறு காணப்படுவதால் இடக்கையில் இருந்த குறுவாள் புலியின் வாய்ப்பகுதியில் நுழைந்துவிட்டது புலனாகிறது. இடைக்கச்சில் குறுவாள் காணப்படாதது இதை உறுதிப்படுத்துகிறது. (வீரர்களின் சிற்பங்களில் இடையில் குறுவாள் தப்பாது இடம் பெறுகிறது.) புலி நின்றநிலையில்ஒருகாலைவீரனின்தொடைப்பகுதியில்தாக்குகிறது. புலியின் நிமிர்ந்து நிற்கும் வால் புலியின் சினவெறியைக்காட்டும் எனக் கல்வெட்டு அறிஞர்கள் குறிப்பிடுகின்றனர்.

கல்வெட்டில், வடபரிசார நாட்டுப் பெள்ளாதியில் இருக்கும் வேந்தர் குல வெள்ளாளன் நயினார் மாலை ஆண்டான் என்பவன்

பெயர் காணப்படுகிறது. விஜயநகர அரசர் கிருஷ்ணதேவராயர் பெயரும் தமிழ் ஆண்டு வட்டத்தில் தாது வருடமும் குறிப்பிடப்படுகிறது. கிருஷ்ணதேவராயரின் ஆட்சிக்காலம் கி.பி. 1509-1529 என்பதாலும் தாது வருடம் கி.பி. 1516-ஆம் ஆண்டில் பிறப்பதாலும் இந்நடுகல்லின் காலம் கி.பி. 1516 ஆகும்.

கல்வெட்டுப்பாடம்

வரி 1ஸ்வஸ்திஸ்ரீமந் மஹாமண்டலேஸ்வர

வரி 2ன் வீரகிருஷ்ணராயற்குச் செல்லாநின்ற

வரி 3தாது வருஷம் ஆவணியில் வடபரிசார நா

வரி 4ட்டில் வெள்ளாதியில் வெள்ளாழன் வே

வரி 5ந்தர்களில் நயினார் மாலை ஆண்டா

வர் 6னேன்

அடுத்து நாங்கள் சென்ற இடம் திப்பு சுல்தானின் பீரங்கிமேடு. கோட்டை கரியமாரியம்மன் கோயிலும் அதை ஒட்டி அருகில் பீரங்கிமேடும் இருந்தன. பீரங்கிமேடு, சதுர வடிவங்களால் ஆன ஏழு அடுக்குகள் பிரமிடு அமைப்பில் கீழே பெரிய பரப்பாய்த் தொடங்கி மேலே சிறிய பரப்பாய் முடிகிறது. முதல் அடுக்கான தரைப்பகுதியில் அமைந்த மேடை ஏறத்தாழ அறுபது அடியைப் பக்க அளவாகக்கொண்ட சதுரம். ஏழாவது அடுக்கில் பீரங்கியை நிறுத்திக் கண்காணிக்குமளவு நிலப்பரப்பு. இதுபோன்ற கட்டிட அமைப்பைக் கோவைப்பகுதியில் நாம் கண்டிருக்கவில்லை என்றே தோன்றுகிறது. நீண்ட காலம் கோட்டை என்னும் சொல் இங்கே வழங்கிவரவில்லை எனில் இங்கு அமைக்கப்படும் கோயிலுக்கு கோட்டைமாரியம்மன் என்னும் பெயர் வர வாய்ப்பில்லை. எனவே இங்கு ஒரு கோட்டை (அளவில் சிறியதாகக் கூட இருந்திருக்கலாம்) இருந்துள்ளது என்பது புலனாகிறது. திண்டுக்கல்லில் மலைக்கோட்டையின் அடிவாரத்தில் அமைந்துள்ள கோயில் கோட்டை மாரியம்மன் கோயில் என இன்றும் வழங்கிவருவதைக் காண்க. கோட்டை இருந்ததற்கான சுவடுகள் வேறெவையும் காணப்படவில்லை. முப்பத்திரண்டு கல்குண்டுகள் இங்கே கிடைத்தன என்பதால் பீரங்கிமேடு நம்பகத்தன்மை பெறுகிறது. சத்தியமங்கலம்,கோவைப்பகுதிகள் திப்புசுல்தானின் வரலாற்றோடு தொடர்புடையவை எனத்தோன்றுகிறது. வரலாற்றுச் செய்திகளைத்தேடவேண்டும். அரசர்கள், தம் நாட்டின் எல்லைப்புறங்களில் பாதுகாப்புக்காக ஆங்காங்கே நிலைப்படைகளை நிறுத்திவைப்பது வரலாறு வாயிலாகத் தெரியவருகிறது. உடுமலை அருகே கடத்தூர் மருதீசர் கோயிலில் உள்ள ஒரு கல்வெட்டு “கடற்றூர் நிலை நின்ற

ஆயிரவர்" என்னும் ஒரு நிலைப்படையைப்பற்றிக் குறிப்பிடுகிறது. (கோவை மாவட்டக்கல்வெட்டுகள் தொகுதி-1, க.வெ. தொடர் எண்: 15/2004) எனவே அது போன்ற ஒரு நிலைப்படையைத் திப்பு சுல்தான் பெள்ளாதிப்பகுதியில் நிறுத்திவைத்திருக்கக்கூடும். பீரங்கியையும் நிறுத்தியிருக்கக்கூடும். போதிய சான்றுகள் கிடைத்தால் இவை உறுதியாகும்.

பீரங்கிமேட்டின் தரைப்பகுதியில் புதியதாக ஒரு நடுகல்லையும் கண்டோம். தோட்டத்து நடுகல் சிற்பத்தைவிடச் சற்றே எளிமையான தோற்றம். ஆனால் அதில் உள்ளது போலவே வீரன் புலியின் மார்பில் வாளைப்பாய்ச்சும் உருவம். புலியின் உருவம் உள்ள பகுதி உடைந்துபோய்விட்டது.

கோட்டை இருந்ததற்கான சான்றுகள் எவையேனும் கிடைக்குமா என ஆராய்ந்ததில் தகுந்த சான்று ஒன்று கிடைத்தது. Francis Buchanan Hamilton என்னும் ஆங்கிலேயர் எழுதிய "A journey from Madras through the Countries of Mysore, Canara and Malabar" என்னும் நூலில் காணப்படுகின்ற குறிப்பு பெள்ளாதியில் ஒரு மண் கோட்டை இருந்ததை உறுதிப்படுத்துகிறது.

கி.பி.1800-ஆம் ஆண்டு பிரிட்டிஷார் திப்பு சுல்தானைப்போரில் வென்றதால் மைசூர் இராச்சியம் கிழக்கிந்தியக் கம்பெனியுடன் இணைந்தது. அப்போது பிரிட்டிஷ் இந்தியாவின் கவர்னர் ஜெனரலாக இருந்த வெல்லெஸ்லி பிரபு, மருத்துவரும் தாவர இயல் அறிஞருமாகிய பிரான்சிஸ் புக்கானன் ஹாமில்டன் என்பவரை நியமனம் செய்து மைசூர் இராச்சியம் முழுதும் நில ஆய்வு (Survey) செய்யப்பணித்தார். புக்கானன் தம் பயணக்குறிப்பில், 1800-ஆம் ஆண்டு அக்டோபர் 26-ஆந்தேதியன்று புறப்பட்டுப் பவானி ஆற்றின் கரையோரமாக அவர் சிறுமுகை என்னும் ஊர் நோக்கிப் பயணம் மேற்கொள்வதைக் குறிப்பிடுகிறார். அடுத்த நாள் அக்டோபர் 27-ஆந்தேதியன்று பெள்ளாதி ஊரைக் கடந்து சென்றதாகவும் அப்போது ஒரு மண் கோட்டையைக் கண்டதாகவும் பதிவு செய்கிறார்.

இதுகாறும் பார்த்த செய்திகளால், பெள்ளாதிப்பகுதி 16-ஆம் நூற்றாண்டின் பழங்கால வரலாற்றுத் தடயங்களையும் 18-ஆம் நூற்றாண்டின் வரலாற்றுத் தடயங்களையும் கொண்டு வரலாற்றுச் சிறப்பு வாய்ந்த ஓர் இடமாகத் திகழ்வதைக் காண்கிறோம். இப்பகுதியின் சிறப்பு இன்னும் பல அரிய செய்திகளோடு வெளிப்பட தமிழகத் தொல்லியல் துறை ஆய்வு மேற்கொள்ளவேண்டும்.

-திங்கள், 17 நவம்பர், 2014

7. விளாங்குறிச்சி – குளம் தொட்டு உளம் தொட்டவர்க்கு ஒரு கல்வெட்டு

நம் பள்ளிப்படிப்பில், பேரரசர் அசோகர் (அசோகர் மட்டுமல்ல, பல அரசர்கள்) சாலை ஓரங்கள் அனைத்திலும் நிழல் தரும் மரங்களை நட்டுவித்தார் என வரலாற்றுப் பாடத்தில் படித்ததுண்டு. அது போலவே, அரசர்கள் குளம் வெட்டினர் என்பதும் வரலாற்றுப்பாடச் செய்தி. அவற்றை அறம் என்றே கருதிச் செய்தனர். சோழன் கரிகால் பெருவளத்தானைப் பாடிய கடியலூர் உருத்திரங்கண்ணனார், கரிகாலன்,

> "காடுகொன்று நாடாக்கிக்
> குளந்தொட்டு வளம்பெருக்கி"

ஆண்டதாகக் கூறுகிறார். (இவை பரிபாடல் வரிகள்.) அரசரைப்பின்பற்றி அரசு அதிகாரிகளும் ஊர்ப்பெரியவர்களும், செல்வ வணிகர்களும் குளங்கள் வெட்டி மக்கள் தொண்டாற்றினர். அரசர்காலத்து அத்தகைய மரபைப் பிற்காலம் வரைத் தொடர்ந்து நிறைவேற்றியவர்கள் பலர். செல்வ வளமும், அறம் சார்ந்த மனமும் நிறைந்தவர்கள் ஆங்காங்கே ஊர்களில் "குளம் தொட்டு" மக்கள் உளம் தொட்டிருக்கிறார்கள்.

கி.பி. 19-ஆம் நூற்றாண்டில் கோவைப்பகுதியில் ஒரு சிற்றூரில் குளம் அமைத்த செய்தியைச் சொல்லும் கல்வெட்டு ஒன்றைப்பார்க்கும் வாய்ப்புக் கிடைத்தது. மருத்துவம் சொல்லும் கல்வெட்டு என்று ஒரு கல்வெட்டைச் சரவணம்பட்டியில் செப்டம்பர் மாதம் பார்த்துவிட்டு வருகின்ற வழியில், விளாங்குறிச்சி சிற்றூர் வழியே வீடு திரும்பிக்கொண்டிருந்தேன். ஊரின் பெயரை விளமரத்தோடு தொடர்புபடுத்திப் பார்க்கலாம். அல்லது வேளான்குறிச்சி என்பது விளாங்குறிச்சி எனத்திரிந்ததாகக் கொள்ளலாம். ஊரில் அரசமரம் ஒன்றைச் சுற்றி அமைக்கப்பட்டிருந்த மேடைப்பகுதியில் (சிற்றூர் என்றாலே ஓர் அரசமரமேடையோ அல்லது ஆலமரமேடையோ நினைவுக்கு வராமல் போகாது) வயதில்

மூத்தவர்கள் சிலர் அமர்ந்து பேசிக்கொண்டிருந்தார்கள். பழங்கோயில் ஏதேனும் இருக்குமா எனக் கேட்க எண்ணம் ஏற்பட்டது. உடனே, இரு சக்கர வண்டியை நிறுத்தி, அப்பெரியவர்களிடம் பேச்சுக்கொடுத்தேன். அருகிலே படைவெட்டி அம்மன் கோயில் இருப்பதாகவும் அங்கே கல்வெட்டு இருப்பதாகவும் சொன்னார்கள். தற்செயலாக ஒரு கல்வெட்டு கிடைத்ததில் மகிழ்ச்சி ஏற்பட்டது.

படைவெட்டி அம்மன் கோயிலுக்குச் சென்றேன். பிற்பகல் இரண்டு மணியிருக்கலாம். கோயில் திறந்திருந்தது. அக்கோயில், முதலியார் குலத்தவர்க்கான குலக்கோயில் என்று தகவல் பலகை குறிக்கிறது. கோயிலின் செயலாளர் இராமகிருஷ்ணன் என்பவர் அங்கே இருந்தார். கோயிலின் சுற்றாலையில் இருந்த கல்வெட்டைக் காட்டினார். மூன்று அல்லது மூன்றரை அடி உயரத்தில் நல்ல பருமனோடு கூடிய பலகைக்கல். கல்லின் மேல்பகுதி உயரத்துக்குச் சமனாக நிலத்தடியிலும் கல் பதிந்துள்ளது என அவர் கூறினார். கல்வெட்டின் அப்போதைய தோற்றத்தில் எழுத்துகள் படிக்க இயலாதவாறு இருந்தன. வெள்ளைச் சுண்ணத்தைப்பூசிக் காயவைத்தபின்னர் படிக்க இயன்றது. பதினோரு வரிகளில் எழுத்துகள் பொறிக்கப்பட்டிருந்தன. கல்வெட்டின் பாடத்தைக் கீழே தந்துள்ளேன்.

வெள்ளையா

ன் முதலியார்

ஊர் மணியம்

சறுவதாரி வரு.

மாகளி 15 வி

ழுங்குறிச்சி

குடியானவ

ர்கள் குழம் க

ட்டின உபை

யம் நஞ்சசெ

ட்டி கற்பகம்

நஞ்சசெட்டி, கற்பகம் இணையர் (தம்பதியர்) விளாங்குறிச்சியில் வேளாண்மை செய்யும் குடியானவர்களுக்காகக் குளம் வெட்டிக் கொடுத்ததைக் கல்வெட்டு தெரிவிக்கிறது. 18-19-ஆம் நூற்றாண்டைச் சேர்ந்த கல்வெட்டுகளில் பெரும்பாலும் கலியுக ஆண்டு அல்லது சாலிவாகன ஆண்டு குறிப்பிடப்படும். ஆனால், இக்கல்வெட்டில் அவ்வாறான குறிப்பு இல்லை. தமிழ் ஆண்டான சர்வதாரி (கல்வெட்டில் சறுவதாரி) குறிப்பிடப்படுகிறது. சர்வதாரி ஆண்டு கி.பி. 1888-ஆம் ஆண்டுடன் பொருந்துவதால் கல்வெட்டின் காலம் கி.பி. 1888 எனக்கொள்ளலாம். கல்வெட்டில் மார்கழி மாதம் "மாகளி" எனக்குறிப்பிடப்படுகிறது. அரசர் அல்லது ஆட்சியினர் சார்பாக இயங்கும் அதிகாரிகளை முன்னிலைப்படுத்தியே கல்வெட்டுகளின் முற்பகுதி அமைந்திருக்கும். கொங்குச் சோழர், மற்றும் விஜய நகரர் கல்வெட்டுகளில் அரசர் பெயரும், நாயக்கர் கல்வெட்டுகளில் மண்டலாதிபதியின் பெயரும் குறிப்பிடப்படுவது போல இக்கல்வெட்டில் ஊர்த் தலைவர் பெயரை முன்னிலைப்படுத்திக் கல்வெட்டு தொடங்குகிறது.

ஊர்த் தலைவராக (மணியமாக) வெள்ளையான் முதலியார் பெயர் காணப்படுகிறது. ஊர்ப்பெயர் விழங்குறிச்சி எனச் சிறப்பு 'ழ'கரத்தோடு குறிக்கப்படுகிறது. இக்கல்வெட்டு, கோவைத்தொல்லியல் துறையினரால் படியெடுக்கப்பட்டுள்ளது என்றும், "தினகரன்" நாளிதழார் இக்கல்வெட்டு பற்றிய செய்தியை வெளியிட்டுள்ளனர் என்றும் இராமகிருஷ்ணன் கூறினார். இவர் கவிச்சிற்பி இளம்விழியன் என்னும் பெயரில் ஒரு கவிஞராக அறியப்படுகிறார். இவர் இந்த அம்மன்மீது முப்பது பாடல்கள் கொண்ட "படைவெட்டியம்மன் அந்தாதி" ஒன்று இயற்றியுள்ளார். பார்வைக்கு ஒரு பாடல்:

காசு பணமொன்றே கண்ணிற் தெரிவதென
மாசு மனத்து மனிதரிடை – பேசும்
நிறை மொழியாம் பைந்தமிழ் என்நெஞ்சிற் பதிய
நிறைவாய் அருள்புரிவாய் நீ

குடியானவர்களின் நலம் கருதிய நஞ்சசெட்டியின் தொண்டுள்ளம் குளம் தொட்டதால் (வெட்டியதால்) வேளாண்மக்களின் உளம் தொட்ட சிறப்பை மேற்படி கல்வெட்டு உணர்த்துகிறது.

8. கருக்கங்காட்டுப்புதூர் – சுமை தாங்கி

கடந்துவிட்ட ஓரிரு நூற்றாண்டுகளில், சாலை ஓரங்களில் சுமைதாங்கிக் கற்களை நட்டுவிக்கும் மரபு தமிழகத்தில் இருந்துள்ளதைக் காண்கிறோம். அம்மரபு தற்போது முற்றிலும் ஒழிந்துபோனது. எனினும், இன்றும் நாட்டுப்புறங்களில் சுமைதாங்கிகள் பழமையின் எச்சங்களாகக் காட்சியளிக்கின்றன. காண்பதும் அரிதாகி விட்ட நிலை. கோயில் கல்வெட்டுகளே அவற்றின் அருமையும் பெருமையும் அறியப்படாமல் திருப்பணியின்போது உடைக்கப்பட்டுத் தளத்தோடு தளமாக மூடப்பட்டு வரும் காலச் சூழலில் சுமை தாங்கிகள் நிலைத்து நிற்கா என்பதில் ஐயமில்லை. எங்கோ ஒன்றிரண்டு கற்கள் அருங்காட்சியாய்க் காணப்படுகின்றன.

சாலை ஓரம் மரங்கள் இருந்த ஒரு காலத்தில், மக்களும் வழிநடையாக நடந்து சென்ற காலத்தில் தம் உடைமைகளைத் தலையிலோ அல்லது தோளிலோ சுமந்து சென்றபோது, சற்றே இளைப்பாற்றிக்கொள்ளத் துணை நின்றவை இச்சுமை தாங்கிகள். தொண்டுள்ளம் கொண்டோர் இத்தகைய சுமை தாங்கிகளை நிறுத்தினர். அறச்செயல்களை முப்பத்திரண்டு எனப் பட்டியலிடுகின்றன சில நூல் குறிப்புகள். அப்பட்டியலில் சுமைதாங்கிகளை நிறுத்தும் பணியும் உள்ளதா எனத்தெரியவில்லை. அவ்வாறில்லையெனில் முப்பத்துமூன்றாவது அறமாகக் கொள்ள சுமைதாங்கியும் தகுதி பெற்றதுதான்.

கவிஞரும் எழுத்தாளருமான வண்ணதாசன் கூறுவது இங்கு படித்துச் சுவைக்கற்பாலது.

“ஒரு சுமைதாங்கியின் முக்கியத்துவம், எந்த ஒரு நடுகல்லின் முக்கியத்துவத்துக்கும்

குறைந்தது அல்ல. நிழல் மரங்களுக்கு அருகில் நடப்பட்டு இருக்கிற சுமைதாங்கிகளுக்குப் பெரிய வடிவமைப்புகள் எதுவும் அவசியம் இல்லை. இரண்டு கல் தூண்கள், மேலே குறுக்கே ஒரு கல்பாலம். நின்றவாக்கில் உங்கள் தலைச்சுமைகளை இறக்கிக்கொள்ளலாம். தகிப்பாறிய பின் தோள் மாற்றிய சுமையுடன் மேலும் பயணம் தொடரலாம். அதெல்லாம் ஒரு காலம்."

மனிதன் சுமையைத் தாங்குகிறான். அம் மனிதனே சுமையாக உருக்கொள்வது ஒரு தாய் கருவைச் சுமக்கும்போதுதான் நிகழ்கிறது. ஆனாலும் தாய்மை கருவைச் சுமையாகவே ஏற்பதில்லை. அத்தகைய தாய், கருவைச் சுமந்த நிலையில் உயிர் துறக்க நேர்தல் கொடிது. சுமையை இறக்கிக்கொள்ளாமலே உயிர் நீங்குதலால் அவளுக்கு ஏற்படும் துன்பம் நீங்கவேண்டி அவளுக்கு எடுக்கும் நினவுக்கல் ஒரு சுமைதாங்கி வடிவில் அமைக்கப்படுவதும் இங்குள்ள மரபுதான். அம்மரபுப்படி எடுக்கப்பட்ட சுமைதாங்கிக் கல் கோவைப்பகுதியில் இதுவரை காணக்கிடைக்கவில்லை அல்லது நான் அறியக்கூடவில்லை. இப்போது அத்தகைய சுமைதாங்கிகல்லைக் காணும் வாய்ப்பு எதிர்பாரா வண்ணம் கிடைத்தது.

கல்வெட்டுகளைத்தேடிப் பயணம் செய்தவாறிருக்கும் என் இயல்பை அறிந்த உறவினர் அன்னூர் வேலுச்சாமி அவர்கள் கொடுத்த தகவலின்படி, அவிநாசி அருகே உள்ள சேவூரை அடுத்திருக்கும் நடுவச்சேரி சென்றிருந்தேன். உடன், வரலாற்று ஆர்வலர் அவிநாசி-சங்கர் இணைந்துகொண்டார். நாங்கள் சென்ற இடம் நடுவச்சேரியைச் சேர்ந்த கருக்கங்காட்டுப்புதூர் என்னும் குறுஞ்சிற்றூர். சாலையோரம் அந்த சுமைதாங்கிக் கல் ஏறத்தாழ ஐந்தரை அடி உயரத்தில் உயர்ந்து நின்றது. வண்ணதாசன் குறிப்பிட்டதுபோல இரு தூண் கற்கள்; மேலே ஒரு கல் பாலம். தூண் கற்களில் ஒன்றில் மேற்பகுதியில் பத்துப்பதினொன்று வரிகளில் கலவெட்டு எழுத்துகள் காணப்பட்டன. எழுத்துகளைத்தொடர்ந்து கீழ்ப்பகுதியில் புடைப்புச் சிற்பமாக கருவுற்ற ஒரு பெண்ணின் உருவம்.

பெரும்பாலும் சுமைதாங்கிக் கற்களில் அவற்றைச் செய்வித்தவர் பெயர் பொறிக்கப்பட்டிருக்கும். நோக்கம் அனைவரும் அறிந்ததுதான். அது போலவே இந்தச் சுமைதாங்கிக் கல்லிலும் செய்தவர் பெயர் எழுதப்பட்டுள்ளது என்றாலும், இச்சுமைதாங்கியில் வடிக்கப்பட்டுள்ள கருத்தாங்கிய பெண்ணுருவம், நோக்கம் இன்னதென்று எழுதப்படாத நிலையில் உண்மையான நோக்கத்தைக் குறிப்பால் சுட்டி நின்றது. கல்வெட்டின் பாடத்தை இங்கே தந்துள்ளேன்:

"கடவுள் துணை
1936 வரு ஏப்ர
ல் மச 23 தியதி
கருக்கங்காட்
டுப்புதூர் கோ
யமுத்தூர் ரா
ய(ப்பன்) இருளப்ப நா
டார் செய்துவை
த்த சுமைதா
ங்கி | பக்கத்தில் தண்ணீ
ர் பந்த(லும்)
கிண(று)"

கருக்கங்காட்டுப்புதூரைச் சேர்ந்த (இராயப்பன் மகன்?) இருளப்ப நாடார் என்பவர் இச் சுமைதாங்கியைச் செய்துள்ளார் என்று கல்வெட்டு தெரிவிக்கிறது. கூடுதல் செய்தியாக, கிணறு வெட்டித் தண்ணீர்ப்பந்தல் அமைத்ததாகவும் கல்வெட்டு குறிக்கிறது. தமிழ்நாடு அரசு தொல்லியல் துறை வெளியிட்டுள்ள, துறையின் பொறுப்பாணையர் முனைவர் சீ.வசந்தி அவர்கள் பதிப்பித்த "சோழர் சமுதாயம்" என்னும் நூலில் குறிப்பிடப்பட்டுள்ள தண்ணீர்ப்பந்தல் பற்றிய செய்திகள் இங்கே மனங்கொள்ளத்தக்கவை.

"தண்ணீர்ப்பந்தல்கள் பொதுவாகக் கோயில்களில், மக்கள் கூடும்மண்டபங்களில்,பெருவழிகளில்,மடங்களில்மற்றும்சோலை சூழ்ந்த இடங்களில் அமைக்கப்பட்டிருந்தன. தண்ணீர்ப்பந்தலைப் பராமரிக்க நிலம் அளிக்கப்பட்டது. பராமரித்தோருக்கு ஊதியம் வழங்கப்பட்டது.இறந்தவர் உயிர்களின் தாகம்தீர்க்கும் பொருட்டும்

தண்ணீர்ப்பந்தல்கள் நிறுவப்பட்டன. பிரம்மதேசத்தில் முதலாம் இராசேந்திரன் இறந்த இடத்தில் அவன் மனைவி வீரமாதேவி உடன் கட்டை ஏறி இறந்ததால் அவளின் உடன் பிறந்தானாகிய சேனாபதி மதுராந்தகன் பரகேசரி மூவேந்த வேளான் என்பவன் இறந்த அவ்விருவர் உயிர்களின் தாகம் தீர்க்கும் பொருட்டுத் தண்ணீர்ப்பந்தல் நிறுவியதாகக் கல்வெட்டில் கூறப்படுகிறது."

நமது கருக்கங்காட்டுப்புதூர் சுமைதாங்கிக் கல்வெட்டும் அவ்வாறே கருச்சுமையோடு இறந்த பெண்ணின் நீர் வேட்கையைத் தீர்க்கும் பொருட்டு அமைக்கப்பட்டிருக்கவேண்டும். இக்கருத்தை உள்ளடக்கியே தண்ணீர்ப்பந்தலும் அமைக்கப்பட்டிருக்க வேண்டும். விழுப்புரம் மாவட்டம், சின்ன சேலம் ஒன்றியத்தைச் சேர்ந்த பெத்தானூர் மற்றும் ஈசாந்தை ஆகிய ஊர்ப்பகுதிகளில் இத்தகைய சுமைதாங்கிக்கற்கள் அமைக்கப்பெற்றிருப்பதை இணையச் செய்தி ஒன்று கீழ்வருமாறு குறிக்கிறது:

"பிள்ளை பெறாமல் கருப்பத்துடன் இறந்த பெண்ணின் பொருட்டு,

அவள் வயிற்றுப்பாரத்தால் உண்டான வருத்தம்
நீங்குமாறு அமைக்கப்பெற்ற சுமைதாங்கிக்கல்"

இச்சுமைதாங்கிகளின் ஒளிப்படங்களும் இங்கே பார்வைக்குத் தரப்பட்டுள்ளன.

கருக்கங்காட்டுப்புதூர் சுமைதாங்கிக் கல்வெட்டு 1936-ஆம் ஆண்டைச் சேர்ந்தது என்பதாலும், எனவே நூறு ஆண்டுகள் பழமை என்னும் தகுதி பெறாததாலும் இதைத் தொல்லியல் சின்னம் என்னும் பெயரால் குறிக்க இயலாது. எனினும், தொல்லியல் கடந்து சோழர் கால மரபை ஒட்டியிருப்பதாலும், வாழ்வியல் மரபைக் கொண்டிருப்பதாலும் இச்சுமைதாங்கியை நடுகல் கல்வெட்டாகவே கருதித் தொல்லியல் தகுதியை இதற்கு அளிக்கலாம் எனக்கருதுகிறேன்.

- ஞாயிறு, 14 டிசம்பர், 2014

9. சின்னவீரம்பட்டி – தனிக்கல்வெட்டு

தற்காலத்தே, பல்வேறு அறக்கட்டளைகளும் தொண்டு நிறுவனங்களும் மக்கள் பயனுறும் வகையில் பல அறச்செயல்களை மேற்கொள்ளுவதைக் காண்கிறோம். கடந்தகாலங்களில், பல அறச்செயல்கள் தனியொருமனிதரால் நிகழ்த்தப்பெற்றன. அவ்வகையில், தனிமனிதர் பலர், தண்ணீர்ப்பந்தல்களை அமைத்தும் கிணறுகளை வெட்டியும் தொண்டாற்றியுள்ளனர். அவ்வாறான ஓர் அறச்செயலைச் சின்னவீரம்பட்டியில் உள்ள கல்வெட்டு தெரிவிக்கின்றது.

கோவைப்பகுதியில் பேருந்து நடத்துநராகப் பணியிலிருக்கும் தங்கவேலு என்பவர் சின்னவீரம்பட்டி உஜ்ஜயினி மாகாளியம்மன் கோயிலுக்கருகில் ஒரு தனிக்கல்லில் கல்வெட்டு இருப்பதாகத் தெரிவித்த செய்தியின் அடிப்படையில், உடுமலைக்கருகில் உள்ள சின்னவீரம்பட்டிக்கு நேரில் சென்று கல்வெட்டை ஆராய்ந்து பார்த்தேன். உடுமலை-திருப்பூர் சாலையில் அமைந்துள்ள சின்னவீரம்பட்டியில் பேருந்து நிறுத்தத்திலேயே சாலையை ஒட்டி, ஒரு சுமைதாங்கிக்கல்லும், ஒரு தனிக்கல்லும் காணப்பட்டன. சாலையின் எதிர்ப்புறத்தில் மாகாளியம்மன் கோயில் அமைந்திருந்தது. தனிக்கல்லில் எழுத்துகள் பொறிக்கப்பட்டிருந்தன. தூசியும் புழுதியும் படிந்த நிலையில் எழுத்துகள் படிக்கும் நிலையில் இல்லை. எனவே, கல்லை நீர் கொண்டு கழுவித் தூய்மையாக்கி, சுண்ணப்பொடியால் பூசிய பிறகே எழுத்துகள் தெளிவாகத் தெரிந்தன. கல்லைத் தூய்மைப்படுத்துவதில் அங்கிருந்த பள்ளிச் சிறார்கள் ஆர்வமுடன்

உதவினர். கல்வெட்டைப் படித்துப்பார்த்ததில் பின்வரும் செய்தி இருந்தது.

சின்னவீரம்பட்டியில் இருக்கும் பெரிய நாச்சிய கவுண்டர் குமாரர் நாச்சிய கவுண்டர் என்பவர் தருமத்துக்குக் கிணறு வெட்டி வைத்துள்ளார். இவர் பவள குலத்தைச் சேர்ந்த, தளவாய்பட்டினத்துக் காணியாளர் ஆவார். (தளவாய்பட்டினம், தாராபுரம் வட்டத்தில் அமைந்துள்ளது). இவருடைய காணி குல தெய்வம் காளியம்மன் என்பதாகக் கல்வெட்டு தெரிவிக்கிறது. கிணறு வெட்டிமுடித்த பிறகுக் கல்வெட்டு பொறிக்கப்பட்டது 1916-ஆம் ஆண்டு, டிசம்பர் 4-ஆம் தேதி. கல்வெட்டின் இறுதியில் இத்தேதி, 4.12.1916 எனப்பொறிக்கப்பட்டுள்ளது. இத் தேதிக்கு இணையாகத் தமிழ் ஆண்டு நள வருடம், கார்த்திகை மாதம் 20-ஆம் தேதி திங்கள் கிழமை எனத்தரப்பட்டுள்ளது. தமிழ் ஆண்டுத் தேதியும், ஆங்கில ஆண்டுத் தேதியும் சரியாகப் பொருந்துகின்றன. கல்வெட்டு குறிப்பிடும் கிணறு, கல்வெட்டின் அருகிலேயே அமைந்துள்ளது. தரைக்கு மேலே கற்களைக்கொண்டு எழுப்பப்பட்ட சுற்றுச்சுவருடன் கிணறு அமைந்துள்ளது. சுற்றுச் சுவர், கிணறு அமைத்த காலத்திலேயே கட்டப்பட்டிருக்கவேண்டும் எனக்கருதலாம். ஏறத்தாழ, நூறு ஆண்டுகளாகியும் கிணற்றில் நீர் இருப்பதும், இன்றளவும் நீர் மக்கள் பயன்பாட்டில் இருப்பதும் சிறப்புக்குரியன. கிணற்றின் மேற்பரப்பு முழுதும் இரும்புக்கம்பிவலை கொண்டு மூடப்பட்டுள்ளது. மின் இயந்திரம் கொண்டு நீர் இறைக்கப்பட்டு, கிணற்றையொட்டிக் கட்டப்பட்டுள்ள தொட்டியில் சேமித்து வைக்கப்பட்டு மக்கள் பயன்பாட்டுக்காக எந்நேரமும் நீர் கிடைக்கும் வண்ணம் ஏற்பாடு செய்யப்பட்டுள்ளது.

அருகிலேயே குடியிருக்கும் பணி நிறைவு பெற்ற பள்ளி ஆசிரியர் சிவசுப்பிரமணியம் என்பவர் தெரிவித்த செய்தி: கிணற்றை வெட்டிய நாச்சிய கவுண்டரின் வழித்தோன்றல் தற்போதைய ஊர்ச்சபைத் தலைவராக இருக்கிறார். கிணறு வெட்டப்பட்ட காலத்தில், திருவண்ணாமலைக் கோயிலுக்குச் செல்லும் அடியார் கூட்டத்தினருள் சில பிரிவினர் பயணம் செய்து (கால் நடைப்பயணமாகவோ, மாட்டு வண்டிப் பயணமாகவோ இருக்கக்கூடும்.), ஒரு பிரிவினர் பழநி நோக்கியும், இன்னொரு பிரிவினர் உடுமலையை அடுத்த திருமூர்த்திமலை நோக்கியும், மற்றுமொரு பிரிவினர் கோவையை அடுத்த வெள்ளியங்கிரி மலை நோக்கியும் செல்வார்கள். அவ்வாறு வருகின்ற பயண அடியார்கள் சின்னவீரம்பட்டி வழியாகச் செல்வது வழக்கமாகையால் அவ்வடியார்களின் வேட்கை மற்றும் பிற தேவைகளைத் தீர்க்கும் நற்பணியை இக்கிணறு ஆற்றியுள்ளது.

இக்கல்வெட்டுக்கருகிலேயே அமைந்துள்ள சுமைதாங்கிக் கல்லிலும் எழுத்துகள் பொறிக்கப்பட்டிருந்தன. இதையும் படித்துப்பார்த்ததில், இதே ஊரைச் சேர்ந்த காணி சின்னாயக் கவுண்டர் என்பவர் இச் சுமைதாங்கிக் கல்லை உபயமாகச் செய்து வைத்தார் என்னும் செய்தி தெரிய வருகிறது. இந்தக் கல்வெட்டில் கல்வெட்டு பொறிக்கப்பட்ட நாள் சக ஆண்டு 5021, ரௌத்தரி வருடம், பங்குனி மாதம் 10-ஆம் தேதி புதன் கிழமை எனக் காணப்படுகிறது. இதற்கு இணையான ஆங்கிலத் தேதி 23.3.1921 ஆகும். இவ்வழியே பயணம் செய்த அடியார்களுக்கு இச்சுமைதாங்கியும் பயன்பட்டு வந்துள்ளதை இக்கல்வெட்டு வாயிலாக அறிகிறோம்.

- புதன், 7 ஜனவரி, 2015

10. சாமளாபுரம் – வாயறைக்கா நாடு கல்வெட்டு

சாமளாபுரத்தில் நொய்யலாற்றின் கரையில் சோழீசுவரர் கோயில் அமைந்துள்ளது. கோயிலில் கல்வெட்டுகள் காணப்படவில்லை. பழமையான கோயில் புதுப்பிக்கப்பட்டு (முழுதும் கல் கட்டுமானப்பணியே) மிக அழகாகப் பேணப்படுகிறது. அங்கே சோழீசுவரர் கோவிலில் சுற்றுச்சுவரில் கருங்கல்லைக்கொண்டு (Granite) அமைக்கப்பட்ட பெரியதொரு கல்வெட்டு. 1999-ஆம் ஆண்டில் திருப்பணியின்போது பதிக்கப்பட்டது. அதில் கோவிலின் தலவரலாறு எழுதப்பட்டிருந்தது. "சோழர் பூர்வ பட்டயம்" என்னும் நூலைச் சான்றாகக் காட்டி (நூல் இருக்குமிடம் என்று தஞ்சைப்பல்கலைத் தொல்லியல் துறையைச் சுட்டியிருக்கிறார்கள்) தலவரலாற்றை எழுதியுள்ளனர். வரலாறு கீழ்வருமாறு செல்கிறது.

உறையூர்ச் சோழன் ஒருவன் கொடுங்கோலனாக இருந்தான். காஞ்சிக்கருமாரி அவனை மண்மாரி பொழிந்து அழிக்கவே, அவனுடைய மனைவியர் சிங்கம்மாளும், சாமளம்மாளும் கொங்கு நாடு பெயர்ந்து அங்கே ஒரு பிராமணர் குடியிருப்பில் உழைத்து வாழ்ந்து வந்தனர் ஏற்கெனவே கருவுற்றிருந்த சிங்கம்மாளுக்கு ஆண் குழந்தை பிறந்து பன்னிரண்டு அகவை ஆகியது. இந்நிலையில், சோழ நாடும், தொண்டை நாடும் அரசனின்றி அல்லலில் இருப்பதால் திருவாரூரில், அரசகாரியத்தார் கூடிப்பேசி, காசி சென்று விசாலாட்சி அன்னையை வழிபட்டு, யானை, திருமஞ்சனக்குடம், மாலை ஆகியவற்றோடு வந்து யானையையே அரசனைத் தேர்ந்தெடுக்க வேண்டினர். யானை கொங்குநாடு வந்து சிங்கம்மாளின் மகனை மாலையிட்டுத் தேர்ந்தெடுத்தது. சிங்கம்மாள் அரசனுக்குக் கரிகாலன் எனப்பெயரிட்டு, சோழ நாடு திரும்பினர். அப்போது வாழ்த்தி வழியனுப்பியவர்கள் இராம பட்டரும்,

சந்திர பட்டரும் ஆவர். சிங்கம்மாள் சிங்கநல்லூர் என்ற குடியிருப்பையும், சாமளம்மாள் சாமளாபுரம் என்ற குடியிருப்பையும் உருவாக்கியதாகவும் அவற்றை முறையே இராம பட்டருக்கும் சந்திர பட்டருக்கும் நிவந்தமாகக் கொடுப்பதாகச் சிங்கம்மாள் உறுதியளித்ததாகவும் தலவரலாறு கூறுகிறது.

சோழ அரசன், சாமளாபுரம் வந்து சோழீசுவரர் கோவிலைக்கட்டுவித்துக் குளங்களையும் வெட்டுவித்து சாமளம்மாள் பெயரில் அக்கிராமத்தைச் சந்திர பட்டருக்கு வழங்கினார். இராம பட்டருக்கு சிங்க நல்லூர் கிடைத்தது. இதுவே சாமளாபுரம் உருவான வரலாறு. சோழீசுவரர் கோவில் 1200 ஆண்டுகள் பழமையானது எனக் கோயில் தலவரலாற்றில் குறிப்பிடும் அதே வேளையில் அரசன், கல்லணை கட்டிய கரிகாலன் அல்லன் என்றும் குறிப்பிட்டுள்ளனர். எனவே காலக்குறிப்பு தவறாகத் தோன்றுகிறது.

தொல்லியல் துறையைச் சேர்ந்த அறிஞர் பூங்குன்றன் அவர்கள், மூன்றாம் குலோத்துங்க சோழனுக்குக் கரிகாலன் என்னும் விருதுப்பெயர் இருந்தது எனக் குறிப்பிடுகிறார். இம் மூன்றாம் குலோத்துங்கனின் ஆட்சிக்காலம் கி.பி. 1178 முதல் கி.பி. 1218 வரை. எனவே சோழீசுவரர் கோவில், ஏறத்தாழ எண்ணூறு ஆண்டுகள் பழமையானதாக இருக்கக்கூடும். ஆனால் இதைச் சரிபார்க்க, கோவிலில் கல்வெட்டுச் சான்றுகள் எவையும் இல்லை.

கல்வெட்டு ஆய்வுப்பயணத்தின் ஒரு கட்டமாக சாமளாபுரத்தில் அமைந்திருக்கும் பெருமாள் கோவிலுக்குச் சென்றபோது எங்களுக்கு ஒரு மகிழ்ச்சியான செய்தி கிடைத்தது. கோவிலின் வளாகத்தில் மதிற்சுவரை ஒட்டி ஒரு கல்வெட்டைக் கண்டறிந்தோம். கோவிலைச் சேர்ந்தவர்கள், கோவிலைப்

புதுப்பிக்கும்போது இக்கல்வெட்டைப் பாதுகாப்பாக விட்டு வைத்திருக்கிறார்கள் என்பதே பெருமையும் அருமையுமான செயலாகும். சற்றேறக்குறைய ஐந்தரை அடி உயரமும் இரண்டு அடி அகலமும், ஒன்றேகால் அடிப் பருமையும் கொண்ட பெரியதொரு கல்லில் எழுத்துகள் காணப்பட்டன. பெருமளவு பரப்பில் கல் பொரிந்துபோய் எழுத்துகள் மறைந்துபோயிருந்தன. கல்லின் முதன்மைப்பரப்பிலும், பக்கவாட்டுப்பரப்பிலும் (பருமைப்பரப்பிலும்) எழுத்துகள் வெட்டப்பட்டிருந்தன. கல்லைத் தூய்மைப்படுத்தி ஒளிப்படங்கள் எடுத்துக்கொண்டேன்.

கல்வெட்டு படிக்க எளிதாயில்லை. வரிகளில் தொடர்ச்சியும் காணப்படவில்லை. கணினியில் உருவப்பெருக்கம் செய்து வலிந்து படித்துப்பார்க்கையில் வியப்பு மேலிட்டது. வாயறைக்கா நாடு என்னும் நாட்டுப்பெயர் காணப்பட்டது. வாயறைக்கா நாட்டில் தற்போதைய பல்லடம் வட்டம் இருந்துள்ளது. (சாமளாபுரமும் இப்பகுதியில் இருக்கிறது.) வாயறைக்கா நாட்டவர் (நாட்டுச்சபையினர்) ஒரு நிவந்தம் (கொடை) அளிப்பது பற்றிப்பேசிச் சம்மதித்து அதை ஆவணப்படுத்தியதைக் கல்வெட்டு குறிப்பிடுகிறது. நாட்டுக்கணக்கு ஆவணத்தை எழுதிப்பதிவு செய்கிறான்.

"நாட்டவரோம்", "சம்மதித்து", "இட்டுக்குடுத்தோம்", "நாட்டுக்கணக்கு" என்னும் தொடர்கள் இப்பொருளை உணர்த்துகின்றன. அளிக்கப்பட்ட கொடை, நிலம், காடு ஆகியனவாக இருக்கலாம். இதை "காடும் எல்லையும் நாங்காத்துக் குடுப்போமாகவும்" என்னும் தொடரால் அறிகிறோம். இவற்றுக்கெல்லாம் தலையாயதாக "இந்த அகரமும்", "சாமளதேவிச் சதுர்வேதிம…"என்னும் தொடர்களே நமக்கு வியப்பை அளித்தவை. ஏனெனில், சோழன் பூர்வ பட்டயத்தில் குறிப்பிடப்பட்ட சாமளாபுரம் என்னும் பிராமணர் குடியிருப்பு கல்வெட்டு எழுதப்பட்ட காலத்தில் "சாமளதேவிச் சதுர்வேதிமங்கலம்" என்னும் பெயரில் இருந்துள்ளமை பட்டயத்தில் இருக்கும் செய்திக்குச் சான்றாயமைகிறது.

அகரம் என்பதும், சதுர்வேதிமங்கலம் என்பதும் பிராமணக் குடியிருப்பைக் குறிக்கும் சொற்களாகும். "அகரம்" என்னும் சொல் வழக்கு மருவி "அக்ரகாரம்" எனப் பிற்கால வழக்காக

மாறியிருக்கும் என்பது கண்கூடு. கல்வெட்டின் தொடக்கவரிகளும், மையப்பகுதி வரிகளும் கிடைக்கப்பெறாமையால் அரசன் பெயர் தெரியவில்லை. கல்வெட்டின் எழுத்தமைதியைக் கொண்டும், கல்வெட்டின் அமைப்பு மற்றும் பயிலும் சொற்கள் ஆகியன கொண்டும் கல்வெட்டின் காலத்தைக் கி.பி. 13-ஆம் நூற்றாண்டாகக் கொள்ள வாய்ப்புள்ளது. அரசனும் மூன்றாம் குலோத்துங்கனாக இருக்க வாய்ப்புள்ளது. சோழன் பூர்வ பட்டயத்தில் இதற்குச் சான்றுகள் எவையேனும் உள்ளனவா என ஆய்வு செய்யவேண்டும். கல்வெட்டும் மீளாய்வு செய்யப்படவேண்டும்.

சோமனூர் நண்பர் வேலுச்சாமி, அண்மையில் தம் வீட்டருகே வயலில் ஒரு பழங்காலத் தாய்த்தெய்வச் சிலையைக் கண்டுபிடித்ததாகவும், அதை மண்ணில் சிறிதளவு புதையுண்ட நிலையிலேயே வைத்துச் சிறு குடிசை போன்ற கீற்றுக்கூரை அமைத்து வழிபாடு செய்து வருவதாகவும் கூறி அங்கு எங்களை அழைத்துச்சென்று காட்டினார். அருகிலேயே, நொய்யலாற்றின் நீர்வழிப்பாதையாக அமைந்த இராஜவாய்க்கால் இருந்தது. தற்போது நீர் இல்லை. இராஜவாய்க்காலுக்கு மறுகரையில் சிறிது தொலைவிலேயே நொய்யலும் அதன் கரையில் சோழீசுவரர் கோயிலும் அமைந்துள்ளன என்பது குறிப்பிடத்தக்கது. மேலும், தாய்த்தெய்வச் சிலை கிடைத்த வயல் ஊராரால் கோபாலய்யர் தோட்டம் என்று அழைக்கப்படுவது எண்ணத்தக்கது. இப்பெயர், அப்பகுதியில் பிராமணர்க்கு நிலங்கள் இருந்துள்ளன என்பதைக் காட்டுகிறது. சிலை கிடைத்த இடம் பழைய அக்ரகாரம் என்பதால் சிலை பழஞ்சிலை என்பதை எளிதில் உணரலாம். அருகில் இருக்கும் இராஜவாய்க்கால் பழங்கால வாய்க்காலாக இருக்குமா என்பதைச் சான்றுகள் கிடைத்தால் உறுதி செய்ய இயலும்.

பெருமாள் கோயில் வளாகத்தில் மேலும் இரு கல்வெட்டுகள் கிடைத்தன. உடைந்த நிலையில் இருந்த இரண்டு துண்டுக்கற்களில் அக்கல்வெட்டு எழுத்துகள் தேய்ந்துபோன நிலையில் இருந்ததால் படிக்க இயலவில்லை. இக்கல்வெட்டுகளும் மீளாய்வு செய்யப்பட வேண்டும்.

முடிவாக, சாமளாபுரம் "சாமளாதேவிச் சதுர்வேதிமங்கலம்" என்ற பெயரில் பல நூற்றாண்டுகளுக்கு முன்பே இருந்துள்ளது என்பதைக் கல்வெட்டு வாயிலாக அறிகிறோம். சோழீசுவரர் கோயிலும் பழமையானதென்று அறிகிறோம். மேலும் சான்றுகள் கிடைக்கும்போது இன்னும் பல புதிய செய்திகள் வெளிவரும் வாய்ப்பு உள்ளது.

- செவ்வாய், 20 ஜனவரி, 2015

11. அவிநாசிலிங்கம்பாளையம் – கொங்குப்பாண்டியன் வீரபாண்டியன் கல்வெட்டு

கொங்குப்பகுதியை வீரகேரளர், கொங்குச் சோழர், கொங்குப்பாண்டியர், போசளர் (ஹொய்சளர்), விசயநகரர், மைசூர் உடையார்கள் எனப்பல அரசர்கள் ஆண்டுள்ளனர். அவர்களில் கொங்குப்பாண்டிய அரசர்களில் இருவரின் பெயர்களே கல்வெட்டுகளில் காணப்பெறுகின்றன. ஒருவன் வீரபாண்டியன்; மற்றவன் சுந்தர பாண்டியன். தமிழ்நாடு அரசு தொல்லியல்துறை வெளியிட்டுள்ள கோவை, ஈரோடு, திருப்பூர் மாவட்டக் கல்வெட்டுகள் நூல்களில் உள்ள குறிப்புகள் வீரபாண்டியன் கொங்குப்பகுதியைக் கி.பி. 1265-கி.பி. 1285 ஆகிய காலகட்டத்தில் இருபது ஆண்டுகள் ஆட்சி செய்துள்ளான் எனத்தெரிவிக்கின்றன. வீரபாண்டியனுடைய பதிநான்காம் ஆட்சியாண்டைச் சேர்ந்த (கி.பி. 1279) புதிய கல்வெட்டு ஒன்று அவிநாசியை அடுத்துள்ள அவிநாசிலிங்கம்பாளையத்தில் கண்டறியப்பட்டுள்ளது.

7.11.2013 அன்று அவிநாசியருகே உள்ள பழங்கரை பொன்சோழீசுவரர் கோயிலுக்குச் சென்றிருந்தபோது, அங்கு பூசையாளராக இருக்கும் சந்திரசேகர் என்பவர் அவிநாசி-திருப்பூர் சாலையில் அமைந்துள்ள அவி நாசிலிங்கம்பாளையத்தில் உள்ள நடுத்தோட்டத்தில் ஒரு கல்வெட்டு இருப்பதாகவும் அதில் இருப்பதை யாரும் படிக்கவில்லை; நீங்கள் போய்ப்பாருங்கள் என்றும் கூறினார். 20.11.2013 அன்று அக்கோயிலுக்குச் சென்று பார்வையிட்டேன். எளிய அமைப்பில் காணப்பட்ட அக்கோயிலின் வளாகத்தில் நிலத்தில் மூன்று துண்டுகளாக உடைந்த நிலையில் கல்வெட்டு காணப்பட்டது. கல்வெட்டின் மேற்பரப்பு தேய்ந்துபோன நிலையில் இருந்ததால் சரியாகப் படிக்க இயலாமல் போனது. எழுத்தமைதியைக் கொண்டு கல்வெட்டு கி.பி.

13-ஆம் நூற்றாண்டைச் சேர்ந்ததாக இருக்கலாம் எனக்கருதினேன். மீண்டும் பின்னொருமுறை ஆய்வு செய்ய எண்ணித் திரும்பினேன். நீண்ட இடைவெளிக்குப்பிறகு, 27.1.2015 அன்று, அவிநாசியைச் சேர்ந்த ஜெய்சங்கர், திருநெல்வேலியைச் சேர்ந்த இரகுராம் ஆகிய கல்வெட்டியல் ஆர்வலர்களைத் துணைக்கழைத்துக்கொண்டு அவிநாசிலிங்கம்பாளையம் சென்றேன். கல்வெட்டுப் பாடத்தை நீண்ட நேர முயற்சியால் படித்து முடிக்க இத்துணைவர்களின் பங்களிப்பு பெரிது.

கல்வெட்டு காணப்படும் இடம் அவிநாசிலிங்கம்பாளையத்தில் உள்ள நடுத்தோட்டத்து ஐயன்கோயில் வளாகம் ஆகும். ஏறத்தாழ நான்கடி நீளமும், இரண்டடி அகலமும், ஒன்றரை அடிப்பருனும் உள்ள கல் மூன்று துண்டுகளாக உடைந்த நிலையில் தரையில் காணப்பட்டது. பல ஆண்டுகளாகத் தரையில் கிடந்ததாலும் மனிதர்களின் கால்கள் தொடர்ந்து பட்டுவந்ததாலும் (கோயிலுக்கு ஆண்டுதோறும் மக்கள் நிறைய வருகிறார்கள்; வண்டிகளும் கல்லின் மீது வந்து செல்வதால் கல் உடைந்து போனது என்று சொல்கிறார்கள்.) எழுத்துகள் தேய்ந்த நிலையில் இருந்தன. கருமை நிறத்தில் கல் இருப்பதால் எழுத்துகள் நன்கு புலப்படவில்லை. கல்லை நன்கு நீரால் கழுவித் தூய்மையாக்கி வெள்ளைச் சுண்ணப்பொடிகொண்டு பூசிய பின்னர் ஒருவாறு எழுத்துகள் பார்வைக்குத்தெரிந்தன.இந்தப்பகுதியின் எழுத்துகள் கல்வெட்டின் பிற்பகுதிஎனத்தெரிந்ததால் மூன்றுதுண்டுக்கற்களையும் அடிப்புறம் மேலே தெரியுமாறு புரட்டிப்போட்டதில் அடிப்புறத்திலும் எழுத்துகள் காணப்பட்டன. மண்ணிலேயே அழுந்திய நிலையில் அடிப்பகுதி இருந்ததால் எழுத்துகள் ஓரளவு தெளிவாகப் புலப்பட்டன. கல்வெட்டின் இறுதிப்பகுதிக்கான துண்டுக்கல் கிடைக்கவில்லை. எனவே கல்வெட்டின் இறுதிவரிகள் கிடைக்கவில்லை. இருபுறங்களிலும் இருபது வரிகளுக்கு மேல் கல்வெட்டு பொறிக்கப்பட்டிருக்கவேண்டும். கல்வெட்டு எழுத்துகளைப் படித்துப்பார்த்ததில் கீழ்வரும் செய்திகள் தெரியவந்தன.

"ஸ்வஸ்திஸ்ரீ" எனக் கல்வெட்டு தொடங்கியுள்ளது. "வீரபாண்டிய தேவற்கு யாண்டு 14 ஆவது" என்னும் வரிகள்

வீரபாண்டியனின் பதிநான்காம் ஆட்சியாண்டைச் சுட்டுகிறது(கி. பி. 1279). வீரராசேந்திர நல்லூர் என்னும் ஊர்ச்சபையானது ஒரு கோயிலின் பண்டாரத்தார்க்குத் தானம் பற்றித் தெரிவிக்கும் வகையில் கல்வெட்டு அமைந்துள்ளது. பண்டாரம் என்பது கோயிலின் கருவூலத்தைக் குறிப்பதாகும். பண்டாரத்தார் என்பவர் கருவூல நிருவாகிகள் ஆவர். தானம் பெறுகின்ற ஊர்க்கோயில் எது என்பது தெரியவில்லை. வீரராசேந்திர நல்லூர் என்பது கொங்குச் சோழனான வீரராசேந்திரனின் பெயரால் அமைந்த ஊராகும். ஊரின் இயற்பெயர் தெரியவில்லை. பார்ப்பார்பூண்டி என்னும் தேவதான ஊர் பற்றிய குறிப்பு கல்வெட்டில் வருவதால், பார்ப்பார்பூண்டி என்னும் ஊர், கோயிலுக்குக் கொடையாக அளிக்கப்பட்டிருக்கலாம் எனக் கருதலாம். அல்லது பார்ப்பார்பூண்டி என்னும் ஊரில் இருந்த கோயிலுக்குக் கொடை அளிக்கப்பட்டது எனக்கருதவும் வாய்ப்புண்டு. அன்னூர் மன்னீசர் கோயில் கல்வெட்டொன்றிலும் பார்ப்பார்பூண்டி குறிக்கப்படுகிறது. பார்ப்பார்பூண்டி தற்போது எப்பெயரில் அமைந்துள்ளது என்பது தெரியவில்லை. கோயில் இறைவர்க்கு அமுதுபடி(நைவேத்தியம் எனப்படும் படையல்), கறி அமுது ஆகிய வழிபாட்டுச் செலவினங்களுக்குக் கொடையின் வருமானத்தைப் பயன்படுத்தியுள்ளனர். இவை எல்லாம் கல்வெட்டின் முன்பகுதிச் செய்திகள்.

கல்வெட்டின் பின்பகுதியில் கல்வெட்டுச் சாசனத்துக்குச் சான்றாளர்களாகக் கையொப்பமிட்டவர்களைப் பற்றிய செய்தி காணப்படுகிறது. அவர்களில் இடங்கை நாயகன் தம்பிரான் தோழன், நம்பி, அவிநாசி நக்கன், பூலுவன் மாணிக்கன், சாத்தன் ஆகியோர் பெயர்கள் இடம்பெறுகின்றன. இங்கே இடங்கை நாயகன் தம்பிரான் தோழன் என்பவன் குறிப்பிடப்படுகிறான். சோழர் காலத்தில் வலங்கைப்படை, இடங்கைப்படை என இரு படைப்பிரிவுகள் இருந்துள்ளன. வேளாளரும் அவரைச்சார்ந்தவரும் வலங்கைப் படைப்பிரிவில் அடங்குவர். வணிகரும் அவரைச் சார்ந்தோரும் இடங்கைப்பிரிவினர் ஆவர். கொங்கு நாட்டில் இடங்கைப்பிரிவு பற்றிப் பல கல்வெட்டுகளில் குறிப்புகள் காணப்படுகின்றன. ”இடங்கை

நாயகன்" என அழைக்கப்படுபவர் இடங்கைப் படையில் தலைவராக இருந்தவர் என அறியப்படுகிறது.

கையொப்பம் இடத்தெரியாதவர்கள் தங்கள் கையெழுத்துக்கு மாற்றாகக் குறி ஒன்றைக் கீறுவர். இது, கல்வெட்டின் மூல ஓலை உருவாக்கப்படும்போது நிகழும் செயலாகும். இவ்வாறு எழுத்தறிவு இல்லாத சான்றாளர்களைக் குறிப்பிடும்போது "கை மாட்டாமையால்" என்று ஒரு தொடர் கல்வெட்டில் பயில்வது மரபு. சில கல்வெட்டுகளில் இது இன்னாரின் "தற்குறி" எனக் குறிப்பிடுவதுண்டு. எழுத்தறிவற்றவர்களை இன்றும் "தற்குறி" என்றழைக்கும் மரபு கல்வெட்டு மரபின் தொடர்ச்சி எனக்கருதலாம். அவ்வாறான "கைமாட்டாமையால்" என்னும் தொடர் இக்கல்வெட்டில் காணப்படுவது குறிப்பிடத்தக்கது. பழங்காலச் சமுதாயச் சூழலை நாம் அறிய இக்கல்வெட்டு துணை நின்றது. மேலும், "பண்ணை செய்வார்" என்னும் தொடர் கல்வெட்டில் காணப்படுகிறது. பண்ணை செய்வார் என்பது குத்தகைதாரர் எனக் கல்வெட்டு அகராதி குறிப்பிடுகிறது. கோயிலுக்குச் சொந்தமான நிலங்களைக் குத்தகை எடுத்தவரைக் குறிப்பதாகலாம். கோவைப்பகுதியில் கிடைக்கும் கல்வெட்டுகளில் "பண்ணை செய்வார்" என்னும் தொடர் முதன்முறையாகக் காணப்படுவது இக்கல்வெட்டில்தான் எனக்கருதத்தோன்றுகிறது. கல்வெட்டு வரிகளில் வரும் "(ஆ)லால சுந்தர ஆசாரியி" என்னும் தொடர், கல்வெட்டைக் கல்லில் வெட்டியவர் ஆலாலசுந்தர ஆசாரி என்பவராக இருக்கக்கூடும் எனச் சுட்டுகிறது. (ஆலால சுந்தரர் என்னும் அழகிய பெயரைத் தற்காலத்தே காண்பது அரிது.)

ஒரு கோயிலுக்கு அளிக்கப்பட்ட கொடை பற்றி வெட்டப்பட்ட கல்வெட்டு அந்தக்கோயிலின் வளாகத்தில் இல்லாமல், முற்றிலும் தொடர்பு இல்லாத ஓர் இடத்தில் காணப்படுவது எவ்வாறு என்பது தெளிவாகவில்லை. கல்வெட்டில் கோயிலின் பெயரும் காணப்படாததால் கல்வெட்டு எந்த ஊர்க்கோயிலுக்குச் சொந்தமானது என்பது புதிராக உள்ளது.

இறுதியாக, நடுத்தோட்டத்து ஐயன் கோயில் பற்றிச் சிலவரிகள். அவிநாசிலிங்கம்பாளையத்தில் "ஏறாமேடு தோட்டம்" என்னும் தோட்டத்தில் இருப்பது நடுத்தோட்டத்து ஐயன்

சமாதிக்கோயில். இந்த நடுத்தோட்டத்து ஐயன் என்பவர் ஓதாள குலத்தைச் சேர்ந்த வேளாளர். பெரிய நிலக்கிழார். சோமனூர் அருகேயுள்ள வாழைத்தோட்டத்து ஐயன் கோயிலைச் சேர்ந்த ஐயன் போல இவரும் பெயர் பெற்றவர். ஆனால், சித்துவேலைகள் தெரிந்து வைத்திருப்பவர் என்னும் கருத்து நிலவுகிறது. மக்களிடையில் மந்திரவாதி என்று அழைக்கப்பட்டிருக்கிறார். முட்டியங்கிணறு என்னும் கிணறு இக்கோயிலில் உள்ளது. அக்கிணற்றில் நடு இரவில் தண்ணீரில் "உருப்போடுவார்" எனச் சொல்கிறார்கள். உருப்போடுதல் என்பது தண்ணீரின் மீது அமர்ந்து தியானம் செய்வதைக் குறிக்கும். இவருக்கு அவிநாசிக்கவுண்டர், வாரணாசிக்கவுண்டர், ஆறுமுகத்தாக் கவுண்டர் எனப் பல பெயர்கள் வழங்கின. மக்களின் நோய்களையும் சில இடர்ப்பாடுகளையும் நீக்கியுள்ளார். இவரை வேண்டிக்கொண்ட ஒருவருக்கு வலிப்பு நோய் தீர்ந்ததாகவும், மற்றொருவருக்கு ஆற்றுவெள்ளத்தில் அடித்துச் செல்லப்பட்ட அவர்தம் மகன் (சிறுவன்) உயிரோடு கிடைத்ததாகவும் எனப் பல நிகழ்ச்சிகள் நிகழ்ந்ததாகச் சொல்கிறார்கள்.. அச் சிறுவனின் சிலையை வேண்டுதல் நிறைவேறியதன் நினைவாக வைத்திருப்பதை இன்றும் காணலாம். ஐயனின் வழித்தோன்றல்கள் ஆறுமுகத்தாக்கவுண்டர் தண்ணீர்ப்பந்தல் என்னும் பெயரில் அவிநாசித் தேர்த்திருவிழாவின்போது மக்கள் தொண்டாற்றுகிறார்கள். கோயிலைக்கட்டி, எழுபத்தாறு செண்ட் நிலம் ஒதுக்கிக் கோயிலைப் பேணிவருகின்றனர். கோயில் தற்போது பொதுமக்கள் எல்லாரும் வணங்கும் நிலையில் அமைந்துள்ளது. வெளியூரிலிருந்தும் மக்கள் வந்து வழிபட்டுத்திரும்புகின்றனர். சுற்றுவட்டத்தில் உயிர்ப்பலி எதுவும் நடைபெறுவதில்லை என்பது குறிப்பிடத்தக்கது.

கல்வெட்டின் பாடம்-கல்லின் முன்முகம்

ஸ்வஸ்திஸ்ரீ வீரபாண்டிய தே

வற்கு யாண்டு யச ஆவ

து உடையார்

ஆளுடைய நாயனார்ப

ண்டாரத்தாற்கு ஆளுடை

னார்(க்கு) தேவதான பார்

ப்பார்பூண்டியில் வீர

ராசேந்திர நல்லூர் ஊ

ரும் ஊரார்க(ளோமும்)

தன பள்ளி(ய)

நாயநாற்கு

வாட்(டை ஆ)
இருபத்து நா
சீ/கீழத கா
ளொன்றுக்கு
படிக்கு (அந்தி)
(கும்) கறி அமுது (ஒ)
த்துக்குமுட்பட்ட
கல்வெட்டின் பாடம்-கல்லின் மறுமுகம்
ழுத்து
நல்(லூர்)
.... கோயில்
வெட்டிக்
க்கு இவை இடங்கை நா
யகன் தம்பிராந்தோழ
நாத .... ல/வ மு ..யார்
பி எழுத்து இப்படிக்கு
சன் விநாசி ஆந (அன்ன)
நான நம்பி(எழு)த்து இப்
படிக்கு அவிநாசி .. நக்கனும்
பூலுவன் மாணிக்கனும்
கைமாட்டாமையால்
- யச்சினை மாட்டெ
யார் கோயி(ற்)
சிப் பண்ணைசெய்வார்
களில் சாத்தன்
--(ஆ)லால சுந்தர ஆசாரியி

- திங்கள், 2 பிப்ரவரி, 2015

12. கல்லாபுரம் – தூண் கல்வெட்டு

உடுமலை அமராவதி அணைக்கு வெகு அண்மையில் அமராவதி ஆற்றங்கரையில் அமைந்துள்ள ஒரு சிற்றூர் கல்லாபுரம். சூழலில் பசுமை எழில். கல்லாபுரம், தென் கொங்குப்பகுதியான உடுமலை வட்டாரத்தில் அமைந்துள்ள ஊர். பண்டை நாளில் கொங்கு நாடு என்னும் பெரு நிலம் இருபத்து நான்கு சிறு நாட்டுபிரிவுகளாகப் பிரிக்கப்பட்டு நாட்டுச் சபையினரால் நிருவாகம் செய்யப்பட்டு வந்தது. அவற்றில் ஒன்றான கரைவழி நாட்டில் உடுமலை வட்டாரம் அமைந்திருந்தது. (உடுமலையை அடுத்துள்ள பழனி வைகாவி நாட்டைச் சார்ந்தது) . அக் கரைவழி நாட்டைச் சேர்ந்ததாகக் கல்லாபுரம் விளங்கியது. ஏறத்தாழ எண்ணூறு ஆண்டுகளுக்கு முன்பு, கொங்குச் சோழன் வீரராசேந்திரனின் ஆட்சிக்காலத்திலேயே (கி.பி. 1224) கல்லாபுரம், அதன் இயற்பெயரான கல்லாபுரம் என்ற பெயரோடு விளங்கியது மட்டுமல்லாமல், கொழுமத்தில் அமைந்துள்ள வீரசோழீச்சுரம் என்னும் சிவன் கோயிலுக்குக் கொடையாக அளிக்கப்பட்ட தேவதான ஊராகவும் விளங்கியது. ”தேவதான” ஊர் என்னும் தகுதி ஏற்பட்டதும் அதற்கு “வீரசோழ நல்லூர்” என்ற சிறப்புப் பெயர் அமைந்தது. சான்று: கல்வெட்டு எண்-157, தென்னிந்தியக் கல்வெட்டுகள் தொகுதி-26. கல்வெட்டு வரிகள் வருமாறு:

ஸ்வஸ்திஸ்ரீ திருபுவனச் சக்கரவத்தி கோனேரின்
மை கொண்டான் கண்டன் அதியனான வளவினா
ன் உடையாநுக்கு நம் ஓலை குடுத்தபடியாவது ஆ
ளுடையார் வீரசோழீஸ்வரமுடையார் தேவதா
நம் கல்லாபுரமான வீரசோழநல்லூரில் ....

மற்றொரு கொங்குச்சோழனான விக்கிரமச்சோழனின் ஆட்சியில் (கி.பி.1256) அவனது பெயரிலேயே "விக்கிரமசோழநல்லூர்" என வழங்கியது. சான்று: கல்வெட்டு எண்-153, தென்னிந்தியக் கல்வெட்டுகள் தொகுதி-26. கல்வெட்டு வரிகள் வருமாறு:

ஸ்வஸ்திஸ்ரீ திரிபுவனச்சக்கரவத்தி கோனேரின்
மை கொண்டாந் கண்டன் காவநாந சிவபத்த
னுக்கு நம் ஓலை குடுத்தபடியாவது கரைவழி
நாட்டுக் கல்லாபுரமான விக்கிரமசோழநல்லூ
ரில் நாம் இவனுக்கு இட்ட ....

இத்தகைய வரலாற்றுப் பின்னணியுடைய கல்லாபுரத்துக்கு 2012-ஆம் ஆண்டு செப்டம்பர் மாதத்தில் ஒரு நாள் செல்லும் வாய்ப்பு கிடைத்தது. கல்லாபுரத்தைச் சேர்ந்த நண்பரும் வரலாற்று ஆர்வலருமான ஜான்சன் தம் ஊரில் ஒரு தூணில் கல்வெட்டு எழுத்துகள் காணப்படுவதாகவும், அதை நேரில் கண்டு ஆய்வு செய்யுங்கள் எனவும் அழைத்தார். கல்லாபுரம் சென்றதும், அவர் ஊருக்குள் உள்ள ஒரு தெருவில், நிறுத்தப்பட்ட நிலையில் இருந்த ஒரு தூணைக் காட்டினார். "கான்கிரீட்" போடப்பட்ட அந்தச் சிறிய தெருவில், மிகப் பாதுகாப்பாக நிறுத்தப்பட்ட தூண். ஏறத்தாழ, நாலரை அடி உயரத்தில் இருந்த அத்தூணின் அடிப்பகுதி நிலத்தின் கீழ் புதைக்கப்பட்டிருந்தது. மேலே, அதன் "கால்" என்னும் பகுதி, எண் பட்டை மற்றும் பதினாறு பட்டை அமைப்போடும் அதன் உச்சிப்பகுதி சதுர அமைப்போடும் காணப்பட்டன. நான்கு

சதுரப்பரப்புகள். இரண்டு சதுரப்பரப்புகளில் கல்வெட்டு எழுத்துகள் காணப்பட்டன. முன்புறச் சதுரப்பரப்பில் ஐந்து வரிகளும், அதைத் தொடர்ந்த பக்கச் சதுரத்தில் நான்கு வரிகளும் இருந்தன. வழக்கம்போல, வெள்ளைச் சுண்ணப்பொடியை ஈரமாகப் பூசிக் காயவைத்தபின் எழுத்துகளைப் படிக்க முடிந்தது. கல்வெட்டு வரிகள் வருமாறு:

முன் பக்கச் சதுரம்	அடுத்துள்ள பக்கச் சதுரம்
ஸ்வஸ்திஸ்ரீ வீரரா	சேந்திரதேவ
ற்கு யாண்டு	யக வது கடற் (யக=11 தமிழ் எண்கள்)
றூர் இருக்குந்	தேவரடியா
ரில் சொக்கந்	வெம்பி இட்
ட தூண்	

நாலைந்து வரிகளே அமைந்த கல்வெட்டாயினும், முழுமையான ஒன்றாகவும் காலத்தைக் கணிக்க உதவும் வகையிலும் கல்வெட்டு அமைந்தது சிறப்பானது. ஒரு ஆய்வாளருக்கு இதைவிட மகிழ்ச்சி வேறில்லை. கொங்குச்சோழன் வீரராசேந்திரனின் பதினோராம் ஆட்சியாண்டில் கடற்றூரில் இருக்கும் தேவரடியாரான சொக்கன் வெம்பி என்பவள் இத்தூண் கொடை அளித்திருக்கிறாள் என்பது செய்தி. கடற்றூர் என்பது உடுமலை அருகே தற்போதுள்ள கடத்தூர் ஆகும். கோயிற்பணிக்குத் தம்மை ஒப்புக்கொண்ட ஆடல் மகளிரில் ஒருத்தி தூண் கொடை அளித்துள்ளாள். அவள் பெயரில் உள்ள வெம்பி என்பதை "வேம்பி" எனவும் படிக்கலாம். கல்வெட்டுப் பொறித்த காலத்தில், எகரம், ஏகாரம் ஆகிய இரண்டையும் குறிக்க ஒரே எழுத்துக்குறியீடுதான் வழக்கில் இருந்தது. வீரராசேந்திரனின் ஆட்சிக்காலம் கி.பி. 1207 – கி.பி. 1256 எனத் தொல்லியல் அறிஞர்கள் வரையறுத்துள்ளனர். அதன் அடிப்படையில், கல்வெட்டு பொறிக்கப்பட்ட காலம் கி.பி. 1218 ஆகும். கல்லாபுரத்தில் பழங்கோயில் எதுவும் காணப்படாத நிலையில், கல்வெட்டுள்ள இத்தூண் எக்கோயிலைச் சேர்ந்ததாக இருக்கும் என்பது புலப்படவில்லை. கல்வெட்டுகள் உள்ள வேறு தூண்களோ தனிக்கற்களோ கல்லாபுரத்தில் காணப்படாமையால் மேற்படி தூண் கல்வெட்டின் மூலம் பற்றி அறியக்கூடவில்லை. மேற்படி கல்வெட்டில் கடத்தூர் குறிக்கப்பெறுவதால், கடத்தூர் கோயிற்கல்வெட்டுகளில் ஏதேனும் குறிப்புகள் கிடைக்குமா என ஆராய்ந்ததில் கல்லாபுரம் கல்வெட்டோடு தொடர்புடைய செய்தி ஒன்று தெரியவந்தது. கடத்தூரில் மருதீசர் கோயிலும், கொங்கவிடங்கீசுவரர் கோயிலும் உள்ளன. கொங்கவிடங்கீசுவரர் கோயில் சிதைந்த நிலையில் உள்ளது. மருதீசர் கோயிலில்

உள்ள எழுபது கல்வெட்டுகள், தமிழ்நாடு அரசு தொல்லியல் துறையின் “கோயம்புத்தூர் மாவட்டக் கல்வெட்டுகள்” நூலில் பதிப்பிக்கப்பட்டுள்ளன. அக்கல்வெட்டுகளைப் பார்வையிட்டதில், கல்வெட்டு எண் 59ஆ/2004 குறிக்கும் கல்வெட்டில், கல்லாபுரக் கல்வெட்டில் சுட்டப்பெறும் தேவரடியார் சொக்கன் வெம்பியின் பெயர் காணப்பட்டது. அக்கல்வெட்டின் பாடம் வருமாறு:

ஸ்வஸ்திஸ்ரீ வீ

ர நாராயண தே

வற்கு யாண்

டு மூந்றாவது திரு

மருதுடையார்

தேவரடியா

ரில் சொக்கந்

வெம்பியேந்

இத்தூணும் போ

திகையும்

இக்கல்வெட்டு, கடத்தூர் மருதீசர் கோயில் கோபுரத்தின் உள்மண்டபத்தின் தூணில் பொறிக்கப்பட்டுள்ளது. இவ்விரு கல்வெட்டுகளையும் ஒப்பிடும்போது, இரண்டிலும் மருதீசர் கோயிற்பணியில் இருந்த தேவரடியாரான சொக்கன் வெம்பி பெயர் காணப்படுவதினின்றும், கல்லாபுரம் தூண் கல்வெட்டு, கடத்தூர் கோயில் கோபுர உள்மண்டபத்தைச் சார்ந்ததாக இருப்பது பெறப்படுகிறது. ஆனால், தூண் இடம்பெயர்ந்து கல்லாபுரம் வந்தது எவ்வாறு என்பது புலப்படவில்லை. மேற்படி கல்லாபுரம் தூண் கல்வெட்டிலும், கடத்தூர் தூண் கல்வெட்டிலும் குறிப்பிடப்பெறும் அரசர்கள் ஒருவரே அல்லர் என்பதை இங்கே நோக்கவேண்டும். கல்வெட்டின் தொடக்கத்தில், அக்கல்வெட்டைப் பொறிக்கும்போது ஆட்சியில் இருக்கும் அரசன் பெயரையும் ஆட்சியாண்டையும் குறிப்பது கல்வெட்டு மரபு. அந்த மரபின்வழி, சொக்கன் வெம்பி என்னும் தேவரடியார் தான் அளித்த கொடையைப்பற்றிய கல்வெட்டை வெட்டுவித்தபோது, ஒன்றில் வீரராசேந்திரனையும், மற்றொன்றில் வீரநாராயணனையும் சுட்டியிருப்பதினின்றும் இவ்விரு அரசர்களும் ஒரே காலகட்டத்தில் ஆட்சியில் இருந்தனர் என்பது பெறப்படுகிறது. இது எவ்வாறு நிகழக்கூடும் என ஆய்வோம்.

மேற்குறித்த இரு கல்வெட்டுகளும் கரைவழிநாடு என்ற தென்கொங்கைச் சார்ந்தவை. ”கோவை மாவட்டக்கல்வெட்டுகள்” நூல், ”தென்கொங்கு வீரகேரளர்கள் ஆட்சியிலும் வடகொங்கு கொங்குச்சோழர்(கோநாட்டார்) ஆட்சியிலும் இருந்தன; வீரகேரளர்சுயாட்சிபெற்றுச்சோழர்களுக்குக்கீழ்ப்படிந்தவர்களாக ஆண்டனர் ” எனக் குறிப்பிடுகிறது. இக்குறிப்பின் அடிப்படையில் கொங்குச்சோழன்வீரராசேந்திரனின்ஆட்சிக்காலத்தில்மேற்குறித்த (வீரகேரள அரசன்) வீர நாராயணனும் ஆட்சியில் இருந்துள்ளான் எனலாம். ஆனால், இந்த வீரகேரளரின் அரச வரிசையில் இறுதி அரசன் ராஜராஜன் கரிகாலன் என்றும் இவனது ஆட்சிக்காலம் கி.பி. 1129 - 1149 என்றும் இந்த நூலில் கொடுக்கப்பட்டுள்ளது. இக்குறிப்பின்படி வீரராசேந்திரனின் ஆட்சிக்காலத்தில் (கி. பி. 1207-1256) வீரகேரளன் யாரும் ஆட்சியில் இல்லை என்றாகிறது. நமது கல்லாபுரம் தூண் கல்வெட்டு இக்கருத்தை மாற்றி, வீரராசேந்திரன் காலத்தில் வீரகேரளன் வீர நாராயணன் ஆட்சியில் இருந்துள்ளான் என உறுதிப்படுத்துகிறது. கடத்தூர் மருதீசர் கோயில் கல்வெட்டுகள் பன்னிரண்டில் (அனைத்தும் மண்டபத்தூண்கள்) வீரநாராயணன் என்னும் வீரகேரள அரசனினின் மூன்றாவது ஆட்சியாண்டு குறிப்பிடப்பெறுகிறது. இக்கல்வெட்டுகள் அனைத்தும் மண்டபத்திருப்பணி தொடர்பான கல்வெட்டுகள். வேறு ஆட்சியாண்டுகள் குறிப்பிடும் கல்வெட்டுகள் இல்லையாதலால், வீர நாராயணன் குறுகிய காலமே ஆட்சிசெய்தான் எனகருதவேண்டியுள்ளது.

பின்னாளில், கொங்குச்சோழன் வீரராசேந்திரன், தென்கொங்கில் வீரகேரளர் ஆட்சியை முற்றிலும் ஒழித்து, தென்கொங்கு வடகொங்கு ஆகிய இரு கொங்கையும் ஆண்டான் எனத்தெரிகிறது. இதை, குமரலிங்கம் காசி-விசுவநாதர் கோயிலில் காணப்படும் கல்வெட்டு (தென்னிந்தியக் கோயில் சாசனங்கள் க.வெ. எண் 109 மற்றும் இந்தியத் தொல்லியல் ஆய்வுத்துறையின் 1909-ஆம் ஆண்டின் ஆண்டறிக்கை) சுட்டுகிறது. வீரராசேந்திரன் தன் இருபதாவது ஆட்சியாண்டில் இருகொங்கையும் இணைத்து ஆண்டிருக்கலாம் என இக்கல்வெட்டின் வாயிலாகக் கருத இயலுகிறது. ஆட்சியாண்டு இருபது கி.பி. 1227 என அமைகிறது. இக்குறிப்பு வீரகேரள அரசன் வீர நாராயணனின் ஆட்சிக்காலம் கி.பி. 1215 – கி.பி. 1226 என வரையறை செய்ய இடமளிக்கிறது.

குமரலிங்கம் கல்வெட்டுப்பாடம்:

1. திரிபுவனச்சக்கரவத்திகள் இரண்டு கொங்குமொன்றாக ஆண்டருளின ஸ்ரீவீரராசேந்திரதேவற்கு யாண்டு 20

2. கில் சோழன் இலன்கேச்வரதேவனேன் கரைவழிநாட்டு திருவாலந்துறை உடையார் திருவாலந்துறையுடை

3. இக்கோயிலில் பூசிக்கும் நம்பியார் தலையாக கழுநீர் போகட்டுவான் கடையாக தேவரடியார் உள்பட ஆணைமாறுமா

4. றும் பூசிக்கும் நம்பியார் தலையாக (கழுநீர்)போகட்டுவாந் கடையாக இவர் .... யிலே ஓரைச்சு ஒடுக்குவாராகவும்

5........ குவாராகவும் இம்முதல்கொண்டு உடையார்க்கு திருமேல்பூச்சு செல்வதாக நாயநார் திருமேனியும்

6............. ல்லியாண திருமேநியாக கல்வெட்டிக் குடுத்தேந் இலங்கேச்வரதேவநேந் இத்தந்மம் நிலைநிறுத்துவாந் காலிரண்டு

- புதன், 1 ஏப்ரல், 2015

13. பட்டணம் – முசிறித்துறைமுகம்

2013-ஆம் ஆண்டு மே மாதம் முதல் நாள், கோவை பூ.சா. கோ. கலை அறிவியல் கல்லூரி கல்வெட்டியல் பட்டயப்படிப்பு மாணவர்கள் பேராசிரியர் இரவி அவர்களுடன் தொல்லியல் பயணமாக, கேரளத்தின் பட்டணம் அகழாய்வுக்களம் நோக்கிப்புறப்பட்டோம். ஏறத்தாழ, நாலரை மணி நேரப்பயணத்திற்குப்பின் எர்ணாகுளத்தைக்கடந்து, பரவூர் என்னும் ஊருக்கருகில் உள்ள பட்டணம் சென்றடைந்தோம்.

தற்போது அங்கே அகழாய்வு மேற்கொண்டிருப்பவர் முனைவர் பி.ஜே.செரியன் அவர்கள். இதற்கு முன்னரே 2007-ஆம் ஆண்டிலும், 2008-ஆம் ஆண்டிலும் அகழாய்வுகள் நடந்துள்ளன. 2007-ஆம் ஆண்டு நடத்தப்பட்ட அகழாய்வு குறித்து அதில் கலந்துகொண்ட (?) வீ.செல்வகுமார், ஆவணம்,2008 இதழில் ஒரு கட்டுரை அளித்துள்ளார். அதில் காணப்படும் செய்திகளின் முக்கியக்கூறுகள் வருமாறு:

சங்க இலக்கியம், மற்றும் கிரேக்க,ரோமானிய இலக்கிய்ங்களில் குறிப்பிடப்படும் முசிறி என்னும் சங்ககாலத்துறைமுகம் இந்தப்பட்டணம் ஊரே.

அகழாய்வில் ஐந்து காலகட்டப் பண்பாட்டு நிலைகள் காணப்பட்டன.

கி.மு. 500 – கி.மு. 2 நூ.ஆ. : முதல் கட்டம் (இரும்புக்காலம்)

கி.மு. 2 - கி.பி. 4 நூ.ஆ. : 2-ஆம் கட்டம் (வரலாற்று. கா)

கி.பி. 5 - கி.பி 10 நூ.ஆ. : 3-ஆம் கட்டம் (இடைக்காலம்)

கி.பி. 10 - கி.பி. 15 நூ.ஆ. : 4 (தடயங்கள் இல்லை)

கி.பி. 15 - கி.பி. 19 நூ.ஆ. : 5-ஆம் கட்டம் (நவீன காலம்)

படகுத்துறையும், படகு கட்டப்பயன்படும் மரத்தூண்களும் கண்டுபிடிக்கப்பட்டுள்ளன.

ஒற்றை மரத்தில் குடைந்து உருவாக்கப்பட்ட படகின் அடிப்பகுதி கண்டுபிடிக்கப்பட்டுள்ளது.

ஆம்போரா வகை மதுச்சாடி, சங்ககாலச்சேரர் காசுகள், உறைகிணறு மற்றும், கல்மணிகள், இரும்புப்பொருள்கள், இன்ன பிற.

அரிக்கமேடு, அழகன் குளம் ஆகியவற்றை ஒத்த ஒரு சங்ககாலத்துறைமுகம் பட்டணம் பகுதியில் இருந்தது.

இனி, மீண்டும் பட்டணம் அகழாய்வுக்களம். பட்டணம் சிற்றூரில் ஒரு சிறிய தெருவின் முனையிலேயே, அகழாய்வு நடக்கும் மனையிடம் (Site) போகும்வழி குறித்தப் பலகை வைக்கப்பட்டிருந்தது.உள்ளேநுழைந்துசற்றுத்தொலைவுசென்றதும் அலுவலகக் கட்டிடமும், அதைக்கடந்து ஒரு தோப்புப்பகுதியில் ஆய்வுப்பகுதி புலப்பட்டது. தென்னை, கமுகு, சாதிக்காய் மரங்கள் நிறைந்த தோப்பு. கமுக மரத்தில் மிளகுக்கொடிகள் படர்ந்த அழ்கான சூழ் நிலையில் நடுவே அகழாய்வுக்குழி. ஏறத்தாழ 20 – 25 அடி நீளமும், 12 அடி அகலமும், 6 அடி ஆழமும் கொண்ட ஆய்வுக்குழியை முற்றிலும் மூடியிருக்குமாறு வெள்ளைத்துணியால் கட்டப்பட்ட கூடாரம். அதை மையப்படுத்தி மேலும் சில துணிக்கூடாரங்கள். அவற்றின் கீழ், மேசைகளும் நாற்காலிகளும். மேசைகளின் மேல், ஆய்வுக்குழியில் கிடைத்த பானை ஓடுகள் போன்ற பொருள்கள். அவை வகைப்படுத்திய பொருள்கள். வகைப்படுத்தாத பொருள்கள் தனியே ஓரிடத்தில் குவிக்கப்பட்டிருந்தன. ஓரிரு மேசையில் ஆய்வு உதவியாளர்கள் பொருள்களை வகைப்படுத்தும் பணியில் ஈடுபட்டிருந்தனர். மற்றுமொரு மேசையில்

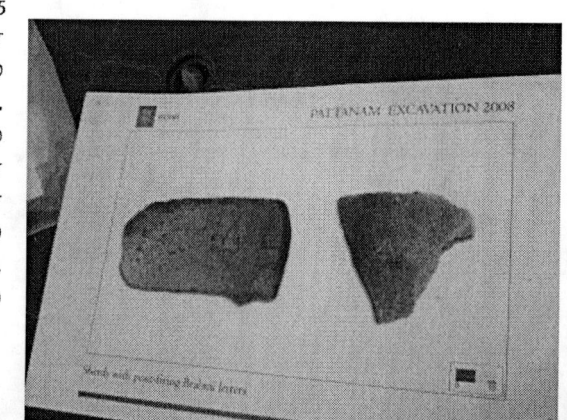

வகைப்படுத்தி, அடையாளம் கண்டு, முறையான ஆய்வுப்பெயர் எழுதி பாலிதீன் உறைகளில் இட்டு பிளாஸ்டிக் பெட்டிகளில் வைக்கப்பட்ட பொருள்கள். ஆய்வுக்குழிக்குப்பக்கவாட்டிலேயே குழியிலிருந்து வெளியிலெடுத்த மண்ணைக்கொட்டியதால் ஏற்பட்ட மேடு. மேட்டின் சரிவில் நாற்காலியிட்டு அமர்ந்தவாறு அகழ்ந்த மண்ணைச்சலித்துக்கொண்டிருந்த பணியாளர்கள்.

அகழாய்வுக்குழி, தற்போது 2 மீட்டர் ஆழம் தோண்டப்பட்டுள்ளது. இன்னும் 2 மீட்டர் ஆழம் தோண்டப்படும் என்பது செரியன் அவர்கள் சொன்ன தகவல். அகழாய்வுக்குழியில் செங்கற்களின் அடுக்கு ஒன்று காணப்பட்டது.

பி.ஜே. செரியன், மற்றும் அவருடன் இணைந்து பணியாற்றும் முனைவர் பிரீத்தா நாயர் ஆகிய இருவரையும் எங்கள் குழு சந்தித்து அறிமுகம் செய்து கொண்டபிறகு அகழாய்வின் விவரங்கள் குறித்துக்கேட்டோம். செரியன் அவர்கள் ஆய்வின் பின்னணி, நோக்கம், முன்னர் நடந்த ஆய்வுகள், ஆய்வு வெளிப்படுத்திய செய்திகள் எனப்பல்வேறு விளக்கங்கள் அளித்தார். கி.பி. 8-ஆம் நூற்றாண்டுவரை மலையாளம், தெலுங்கு, கன்னடம் ஆகிய மொழிகள் உருவாகாத காலகட்டத்தில் ஒரே தமிழினமாய் இருந்தோம் என்பதைச்சுட்டிக்காட்டினார். முசிறி என்னும் துறைமுகம் தமிழகத்தின் முற்காலச்சேரர் காலத்தில் சிறப்பான வணிகச்செயல்பாடுகளோடு இயங்கிய ஒரு நகரமாக இருந்தமை, உரோமானியர் தமிழகத்தோடு கொண்ட வணிகத்தொடர்பு ஆகியவை பற்றிச்சொன்னார்.

பட்டணம் என்னும் இந்தப்பகுதிதான் பண்டைய முசிறி என்பது உறுதிப்படுத்தப்பட்டுள்ளதையும், முசிறி பற்றி பிளினி தம் பயணக்குறிப்பில் "Muziris" எனக்குறிப்பிட்டுள்ளதையும் சுட்டினார்.

மாணவர்கள் தங்கள் ஐயங்கள் பற்றிய பல கேள்விகளை எழுப்பி விளக்கங்கள் பெற்றனர். பின்னர், செரியன் அவர்களுக்குச்சிறப்பு செய்யும் முகத்தான், அவருக்கு எங்கள் குழு சார்பாக நினைவுப்பரிசு ஒன்றை அளித்து, அவருடன் இணைந்து நாங்கள் குழுவாக ஒளிப்படம் எடுத்துக்கொண்டோம்.

பின்னர், பிரீத்தா நாயர், அகழாய்வில் கிடைத்த பொருள்களை ஒவ்வொன்றாக எடுத்துக்காட்டினார். கண்ணாடி மணிகள், மட்கலக்கிண்ணம், இரும்புக்கத்தி, பலவண்ணக்கல்மணிகள், பானை மண் கொண்டு செய்த மூடி ஆகிய பல்வேறு பொருள்களைப்பார்த்தோம். அடுத்து, அலுவலகக்கட்டிடத்தில் சுவரில் பொருத்தப்பட்ட பல்வேறு படங்களைப்பார்த்து ஒளிப்படம் எடுத்துக்கொண்டோம். அவை, முன்னர் நடந்த அகழாய்வுகளின்போது கண்டெடுக்கப்பட்ட பொருள்களின் விளக்கத்துடன் கூடிய படங்களாகும். இப்படங்களில் சிலவற்றில் மலையாள மொழியில் விளக்கங்களும், சிலவற்றில் ஆங்கில மொழியில் விளக்கங்களும் இருந்தன. இப்படங்களில் இருந்த குறிப்புகளின் அடிப்படையில் கிடைத்த பல்வேறு செய்திகளை இங்கு தொகுத்துத்தந்துள்ளேன்.

அகழாய்வு அலுவலகத்தில் இருக்கும் விளக்கக்குறிப்புகள்

கேரளத்தின் எர்ணாகுளம் மாவட்டம் வடக்குப்பரூர் அருகில், பெரியாற்றின் டெல்டாப்பகுதியில் அமைந்துள்ள ஊர் பட்டணம். நிலத்தொல்லியல் அறிஞர் (Geo Archaeologist) கே.பி. ஷாஜன் (K.P. Shajan) என்பவரால் இப்பகுதி அடையாளம் காணப்பட்டு, தொல்லியல் அற்ஞர்களின் கவனத்தை ஈர்த்தது. 1990-ஆம் ஆண்டின் பிற்பகுதியிலிருந்து, தொல்லியல் ஆய்வாளர்களும், வரலாற்று அறிஞர்களும் இப்பகுதியை ஆய்வு செய்யத் தொடங்கினர். பாரம்பரியக்கல்வி மையம் (Centre for Heritage Studies) என்ற அமைப்பினர் 2004-இல் சோதனை அகழாய்வினை நடத்தி, மேற்பரப்பு ஆய்வில் கிடைத்த பொருள்களைக்கொண்டு "முசிறி "பற்றிய கருத்துத்தெளிவை வெளிப்படுத்தினர். கேரள வரலாற்று ஆய்வுக்கழகம் (Kerala Council of Historical Research) அமைப்பினர் 2007-இல் பன்னாட்டு அமைப்பினரோடு இணைந்து அகழாய்வினைத்தொடங்கினர். முதன்முதலாகப் பன்னாட்டு அமைப்பினர் இணைந்து நடத்தும் அகழாய்வு இதுவேயாகும்.

மலபார் கடற்கரைப்பிரதேசத்தில் இந்தோ-ரோமன் வணிகம் நடைபெற்ற காலம் கி.மு. 100 – கி.பி. 400 ஆகும். கேரளத்தோடு ரோமானியர், வட ஆப்பிரிக்காவினர், மேற்கு ஆசியாவினர் ஆகியோர் கொண்ட தொடர்பினை வெளிப்படுத்திய முதல் வாழ்விடப்பகுதி பட்டணமாகும். கேரளத்தின் முதல்

பெருங்கற்கால வாழ்விடம் பட்டணம் என்று கருதப்படுகிறது. முதன் முதலாக முற்காலச்சேரரின் நாணயம் கிடைத்துள்ளது பட்டணத்தின் இன்னொரு சிறப்பாகும். பட்டணம் பண்டைய துறைமுக நகரம் என்பதற்குச்சான்றாக இங்கு கிடைத்துள்ள படகுத்துறை மற்றும் படகுகளின் பகுதிகள் திகழ்கின்றன.

2011-ஆம் ஆண்டு நடத்தப்பட்ட அகழாய்வின் நோக்கங்களாகக் கீழ் கண்டவை குறிப்பிடப்படுகின்றன:

பட்டணத்தின் வடகிழக்குப்பகுதி நீங்கலாகவுள்ள மற்ற பகுதிகள் ஆய்வு செய்யப்படுதல். பட்டணத்தைச்சுற்றியுள்ள 50 கி.மீ. பரப்பில் மேற்பரப்பு ஆய்வு செய்தல். வரலாற்றுக்கு முற்பட்ட காலத்து வாழ்விடங்கள், புதைவிடங்கள், மற்றும் தொல்லியல் தொடர்பான எச்சங்கள் ஆகியனவற்றை அடையாளம் காணல். இதற்கு முன்னர் நான்கு கட்டங்களில் சிறு பகுதியாக வெளிக்கொணர்ந்த படகுத்துறை செங்கற்கட்டுமானங்களை மீண்டும் கொணர்ந்து கடல் வாணிகத்தின் கூறுகளை அறிதல். துறைமுகம் மற்றும் அதனைச்சார்ந்திருந்த நகரத்தின் வாழ்க்கை நிலை, ஐரோப்பியர், மேற்காசியாவினர் ஆகியோர் வருகை, அவர்களோடு இங்கிருந்தவர் கொண்ட இருவழித்தொடர்புகள் ஆகியனவற்றை அறிதல். பண்டைய முசிறிக்கும் இப்போதைய பட்டணத்திற்கும் இடையே உள்ள தொடர்பினைக்காணல். இப்பகுதியைப்பாரம்பரியச்சின்னமாக ஆக்குதல். அகழாய்வுக்களத்தின் அருகிலேயே ஒரு அருங்காட்சியகம் அமைத்தல்.

மேலே குறிப்பிட்ட நோக்கத்தில், 2011-இல் முசிறி பாரம்பரியத் திட்டம் (Muziris Heritage Project) என்னும் திட்டத்தின் கீழ் கேரள வரலாற்று ஆய்வுக்கழகம் வரலாற்று ஆய்வினைத்தொடங்கியது. ஆக்ஸ்போர்டு பல்கலைக்கழகம், ரோம் பல்கலைக்கழகம், பர்ஹாம் பல்கலைக்கழகம், பிரிட்டிஷ் அருங்காட்சியகம் போன்ற அயல் நாட்டு அமைப்புகளும் மற்றும் இந்தியத்தொல்லியல் ஆய்வுக்கழகமும் (Archaeological Society of India) இவ்வாய்வில் பங்குபெற்றன.

முசிறி பற்றிய சில குறிப்புகள்

பெரிபுளூஸ் (The Periplus of the Erythrean Sea) குறிப்பில்: முசிறி ஒரு செல்வச்செழிப்புள்ள நகரம். அரியாகே (ariake), எகிப்து (Egypt) ஆகிய இடங்களிலிருந்து கப்பல்கள் இங்கு (முசிறிக்கு) வந்துபோயின. எகிப்திலிருந்து வந்தவை கிரேக்கக்கப்பல்களாகும். உயர்வகை முத்துகள், மணிக்கற்கள், மிளகு ஆகியன ஏற்றுமதி ஆயின. பவழம் (Coral), காரீயம் (Lead), வெள்ளீயம் (Tin) மற்றும்

Stibium ஆகியவை இறக்குமதி ஆயின.

பிளினி (Pliny) – (Pliny's Natural History) நூலில் உள்ள குறிப்பில்:

இந்தியத்துணைக்கண்டத்தை நோக்கி நிகழ்ந்த கடல் பயணங்கள் எகிப்திலிருந்தும், ஓசலிஸ் (Ocelis) என்னும் இடத்திலிருந்தும் மேற்கொள்ளப்பட்டன. எகிப்திலிருந்து இந்தியாவின் இப்பகுதிக்கு (முசிறிக்கு)க் கடல் பயணம் மேற்கொள்ளத்தகுந்த பருவ காலம் ஜூலை மாதமாகும். ஓசலிஸிலிருந்து பயணப்படுவோர்க்கு ஒரு வசதி உண்டு. இங்கிருந்து புறப்படுகின்றவர்கள் ஹிப்பலாஸ் (Hippalos) என்னும் பருவக்காற்றின் துணை கொண்டு நாற்பது நாட்களில் இந்தியாவின் முதல் வணிக நகரமான முசிரிஸ் அடையமுடியும். ஆனால், இப்பயணத்தில் ஓர் ஆபத்தும் உள்ளது. வழியில் நித்ரியாஸ் (Nitriyas) என்னும் இடத்தில் தங்கியிருக்கும் கடற்கொள்ளையர்கள் தாக்குவார்கள். முசிரிஸில் பெரிய அளவில் வாணிகம் நடைபெறவில்லை. வணிகப்பரிமாற்றங்கள் நடைபெறும் நகரங்கள் நிலப்பகுதியில் வெகு தொலைவில் உள்ளன. வணிகப்பொருள்களை ஏற்றி உள்நாடு செல்லவும், உள்நாட்டிலிருந்து பொருள்களைக் கொணர்ந்து இறக்கவும் படகுகளையே பயன்படுத்த வேண்டியுள்ளது. ஒரே மரத்தைக் குடைந்து செய்யப்பட்ட இப்படகுகள் (dug out canoe) "கட்டனர "(cottonara) எனப்பட்டன. இங்குள்ள அரசன் கலபத்ராஸ் (Caelobothros) என அழைக்கபடுகிறான். பகாரே (Bacare) என்னும் இடத்துக்கு மிளகுப்பொதிகள் படகுகள் மூலம் கொண்டுவரப்படுகின்றன. இந்தத்துறைமுகத்தின் பெயரோ, இங்கு குறிப்பிட்ட நகரங்களின் பெயரோ, இதற்கு முன்னர் எழுதிய நூல்களில் காணப்படவில்லை. இதிலிருந்து, இப்பகுதியில் மாற்றங்கள் நிகழ்ந்துள்ளன என்பது தெளிவாகிறது.

பியூட்டிஞ்சர் வரைபடக்குறிப்பில் (Peutinger Table - Tabula Peutingeriana): பியூட்டிஞ்சர்

Peutinger Table

வரைபடம் என்னும் பெயரமைந்த இந்த வரைபடம் தற்போது வியன்னாவின் தேசிய நூலகத்தில் வைக்கப்பட்டுள்ளது. 16-ஆம் நூற்றாண்டைச்சேர்ந்த கான்ராடு பியூட்டிஞ்சர் (Konrad Peutinger) என்பவர் இதை வைத்திருந்ததால் இப்பெயர் ஏற்பட்டது.

இதனுடைய மூலம் 4-ஆம் நூற்றாண்டில் இருந்தது. கடல்பயணத்தில் இவ்வரைபடம் பயன்பட்டதால், இந்தியாவை நோக்கிப்பயணம் செய்தவர்களின் காலம் கி.பி. 2 வரை முன்னால் கொண்டு செல்ல வாய்ப்புள்ளது. இந்த வரைபடத்தில், "முசிரிஸ் "என்னும் பெயர் காணப்படுகிறது. இப்பெயர் தவிர, "லேகஸ் முசிரிஸ்"(Lakus Muziris) என்னும் பெயருடைய ஏரியும், "அகஸ்டை"(templ Augusti) என்னும் கோவிலும் வரைபடத்தில் குறிக்கப்பட்டுள்ளன.

முசிறிப்பேப்பர் (Muziris Papyrus) என்றொரு ஆவணம் கிடைத்துள்ளது. இந்த ஆவணம் தற்போது ஆஸ்திரிய நாட்டு வியன்னாவில்தேசியநூலகத்தில் வைக்கப்பட்டுள்ளது.இதன்காலம் கி.பி. 2-ஆம் நூற்றாண்டு ஆகும். இது ஒரு வணிக ஒப்பந்தமாகும். முசிறியில் மேற்கொள்வதற்கான வணிகத்துக்குத்தேவைப்படும் நிதியைக்கடன் பெறுகிறார் ஒரு வணிகர். அவரும் கடன் வழங்கும் ஒருவரும் இடையே செய்துகொண்ட ஒப்பந்தமே இந்த ஆவணம்.

தாலமியின் "ஜியாகரபி" (Geography) நூலில் (கி.பி. 2-ஆம் நூற்றாண்டு) சேர அரசரின் பெயர் "கேரபத்ராஸ்" (kerobotros) எனக்குறிப்பிடப்பெறுகிறது. சேர நாட்டுத் தலை நகர் "கரூரா" (karoura) எனக்குறிப்பிடப்பெறுகிறது. (கட்டுரை ஆசிரியரின் குறிப்பு : தாலமியின் குறிப்பில் உள்ள கேரபத்ராஸ் என்பதும், பிளினியின் குறிப்பில் வரும் கலபத்ராஸ் என்பதும் "சேர புத்ர" என்பதன் திரிந்த வடிவமே எனக்கருதலாம்.)

சங்க இலக்கியமான அகநானூற்றில் (பாடல்-149) முசிறி பற்றிய குறிப்பு காணப்படுகிறது.

".. சேரலர்

சுள்ளிஅம் பேரியாற்று வெண்நுரை கலங்க

யவனர் தந்த வினைமாண் நன்கலம்

பொன்னொடு வந்து கறியொடு பெயரும்

வளங்கெழு முசிறி.."

என வரும் பாடல் வரிகள், முசிறித்துறைமுகத்துக்கு யவனர் மரக்கலங்கள் வந்ததையும், அங்கு பொன்னை இறக்குமதி செய்து

மிளகை வாங்கிச்சென்றதையும் எடுத்துக்கூறும். பேரியாற்று நீர் கலங்கும்படி கப்பல்கள் வந்த இடம் முசிறி என்னும் செய்தி, தற்போது பெரியாற்றின் டெல்டாப்பகுதியில் அமைந்துள்ள பட்டணம்பண்டைய முசிறியாக இருக்கலாம் என்பதைச்சொல்லும் இலக்கியச்சான்றாகும்.

அகழாய்வுகளின்போது கிடைத்த பொருள்கள் – விளக்கம்

(அகழாய்வு அலுவலகத்தில் இருக்கும் காட்சிப்படங்களில் காணப்படும் மலையாளம் மற்றும் ஆங்கிலக்குறிப்புகளின் அடிப்படையில்)

ஆண்டு 2007

1.பானை ஓடுகளில் குறியீடுகளும், தமிழி பிராமி எழுத்துகளும்.

2.முற்காலச்சேர அரசர் செப்பு நாணயம். நாணயத்தின் ஒரு புறம் யானை உருவமும், மறுபுறம் அம்பு,வில், யானையைக்கட்டுப்படுத்தும் அங்குசம், (அங்குசம், தோட்டி என மலையாளத்தில் குறிப்பிடப்படுகிறது) அம்பும் வில்லும் சேர நாட்டின் சின்னங்களாகும்.

3.மணிகள் (Beads). (மலையாளத்தில் முத்துகள் என்று குறிப்பிடப்படுகிறது.) பழங்காலச்சமூகத்தில் மணிகளுக்கு மிக முக்கியத்துவம் கொடுக்கப்பட்டது. ஆபரணங்களாகப்பயன்படுத்தினார்கள். பண்டமாற்றத்துக்காகவும் (exchange) மணிகள் பயன்பட்டன. (பண்டமாற்றம் என்னும் சொல்லுக்கு மலையாளத்தில் “கைமாற்றம்” என்னும் சொல் வழங்குகிறது.) இவைகளின் தரம், நிறம் ஆகியவை கொண்டு காலத்தைக்கணிக்க இயலும். கல் மணிகள் போலவே, கண்ணாடியில் செய்யப்பட்ட மணிகளும் கிடைத்துள்ளன.

4. இரும்புப்பொருள்கள் (Iron objects). இரும்பினால் செய்யப்பட்ட ஆணிகள், கொளுத்துகள்(?), உளிகள்,ஆயுதங்கள், இரும்பு அயிருகள்(?) ஆகியன. (கொளுத்துகள்,அயிருகள் ஆகிய மலையாளச்சொற்கள் எவற்றைக்குறிக்கின்றன எனத்தெரியவில்லை). பட்டணம் பகுதியில், மக்கள் வாழ்க்கை (ஜனவாசம்) தொடங்கியது இரும்புக்காலத்தில்தான் என்க்கருதப்படுகிறது. Radio carbon dating போன்ற

ஆய்வுகளுக்குப்பின்பே காலத்தைத்தெரிந்துகொள்ள இயலும்.

5. *Terra Sigillata (Arretine) Deluxe Tableware of Mediterranean origin, Arretine/Samian ware.* கிறித்துவ சகாப்தத்தின் தொடக்ககால நூற்றாண்டுகளில் அழகிய வேலைப்பாடமைந்த பாண்டங்கள் (மேசையில் பயன்படுத்தும் கலன்கள்) பயன்படுத்தப்பட்டன. இவ்வகைக்கலன்கள் தமிழகத்தின் அரிக்கமேடு, அழகன்குளம் ஆகிய பகுதிகளில் மட்டுமே கிடைத்துள்ளன. தற்போது, பட்டணத்திலும் இவ்வகை மட்கலம் ஒன்றின் விளிம்புத்துண்டு கிடைத்துள்ளது. கிண்ணத்தின் ஒரு பகுதியாக இருக்கலாம். ஆங்கில ஆராய்ச்சி அறிஞர் வீலர்(Wheeler) இந்த மட்கலனை, அரிக்கமேடு காலத்தை நிறுவப்பயன்படுத்தினார். காலம் கி.மு. 25 – கி.பி. 25.

6. *West Asian (Yemenite and Mesopottanean) pottery.*

7. ஆம்போரா ஜாடிகள் (Amphora). மத்திய தரைப்பகுதியைச் சேர்ந்த களிமண் கொண்டு செய்யப்பட்டவை. நூற்றுக்கணக்கில் இதன் துண்டுகள் கிடைத்துள்ளன.

8. Rouletted ware. ரூலட்டெட் மட்கலன்கள். கி.மு. 200 – கி.பி. 200 காலகட்டத்தைச்சேர்ந்தவை.

9. Pottery cluster. மட்பாண்டத்துண்டுகள். வரலாற்றுக் காலத்தைச்சேர்ந்தவை எனக்கருதப்படுகிறது.

10. Ring well. களிமண் வட்டக்கிணறு. வரலாற்றுக்காலத்தைச் சேர்ந்தது.

11. கட்டுமானம் (Structure). சுடுமண்கற்களைக்கொண்டு கட்டப்பட்ட கட்டடத்தின் பகுதிகள். அடிப்பகுதியில் வரிசையாகக்காணப்படும் சுடுமண்கற்கள் இந்தோ-ரோமன் ஆய்விடங்களில் கிடைத்த கற்களை ஒத்துள்ளன.

12. படகுத்துறை (Wharf). (மலையாளத்தில் "கடவு" எனக்குறிப்பிடப்பட்டுள்ளது. கேரளத்தின் வெளி நாட்டுத்தொடர்புக்கு பட்டணம் பகுதியின் நீர்வழித்தொடர்பு முக்கியமானதாக இருந்தது என்பதற்கு இந்த நீர்த்துறை கண்டுபிடிப்பே சான்று. இதன் கட்டுமானத்துக்காக மிகவும் கடினத்தன்மை வாய்ந்த ஒரு வகைச்செங்கல் பயன்படுத்தப்பட்டுள்ளது. கீழ்ப்பகுதியில், படகுகள் கட்டி நிறுத்துவதற்குப்பயன்பட்ட மரக்கம்பங்கள் (Bollard) கண்டுபிடிக்கப்பட்டன. (படகு என்பதற்கு, "வள்ளம்", "வஞ்சி" ஆகிய சொற்கள் மலையாளத்தில் பயில்கின்றன).

13. Wooden dugout canoe. ஒரே மரக்கட்டையைக்குடைந்து உருவாக்கிய படகு. (மலையாளத்தில்: ஒற்றைத்தடி வள்ளம்). 6 மீ.ட்டர் நீளமுள்ள படகின் பகுதிகள் கிடைத்துள்ளன. இதன் பக்கவாட்டுப்பகுதிகள் அழிந்து போயின. லக்னோ நகரில் அமைந்துள்ள National Research Laboratory for Conservation ஆய்வுக்கூடத்தில் வல்லுனர் குழு இந்தப்படகின் அமைப்பை மீட்டெடுக்கத்தேவையான ஏற்பாடுகளை மேற்கொண்டுள்ளது. இப்படகின் காலக்கணிப்பு பற்றிய ஆய்வும் அங்கே நடைபெற்றுவருகிறது.

ஆண்டு 2008

Sherds with post firing Brahmi letters. பிராமி எழுத்துப்பொறிப்புடன் கூடிய பானை ஓடுகள். பானையைச்சுட்டெடுத்தபிறகு எழுத்துகள் பொறிக்கப்பட்டுள்ளன எனக்கருதப்படுகிறது.

Roman pillared glass bowl-fragments.

Chinese ceramics.

Turquoise glazed pottery. பச்சை வண்ணப் பளபளப்பு ஏற்றப்பட்ட மட்பாண்டச்சில்லுகள்.

Grooved tiles. புடைப்பு வரிகள் கொண்ட ஓடுகள்.

Russet coated painted pottery. செந்நிறச்சில்லுகள். அவற்றின்மீது நெளிநெளியாக வளைகோடுகள் காணப்படுகின்றன.

Two sets of soakage jars. ஒன்று பெரியது. மற்றது சிறியது.

Rope made of unidentified plant fibre. ஆய்வுக்குழியில், நீர்க்கசிவு கிடைத்துள்ள பகுதி (water logged area)யில், தாவரம் ஒன்றின் நார் கொண்டு செய்யப்பட்ட கயிறு கிடைத்துள்ளது.

சில குறிப்புகள்:

மலையாளம், தமிழ் மொழியினின்றும் கிளைத்து விரிந்து தனியே ஒரு அடையாளத்தைத் தனக்கென்று ஏற்படுத்திக்கொண்ட ஒரு மொழி. வடமொழியின் தாக்கமும் கலப்பும் மிகவும் காணப்பட்டாலும், தமிழின் வேர் இன்னமும் மலையாளத்தில் இருப்பதைக்காண்கிறோம்.பட்டணம் அகழாய்விடத்தில் காட்சிக்கு வைக்கப்பட்டிருந்த படங்களில் சில, மலையாள மொழிக்குறிப்புகளைக்கொண்டிருந்தன. அவற்றில் காணப்பட்ட சொற்களைப்பாருங்கள்.

படிஞ்ஞாறான் தீரம் - மேற்குக்கடற்கரையைக்குறிக்கும் சொல்.

படிஞ்ஞாறு= மேற்கு (மலையாளத்தில்.)
தமிழில் “படு ஞாயிறு” ; தீரம்=கரை.
இரும்பு- இரும்பு
மும்பு- முன்பு என்பதன் திருந்திய வடிவம்.
அம்பு, வில் - அம்பு, வில்
காலகட்டம் - காலகட்டம்
ஆணி, உளி - ஆணி, உளி
நூறு கணக்கினு - நூற்றுக்கணக்கில்
கண்டெடுத்தியது - கண்டெடுக்கப்பட்டது
தாழத்தே - கீழே (தாழ்வான இடத்தில்)
தெளிவு - சான்று
நிரகளில் - நிரைகளில் (வரிசைகளில்)
கருதாம் - கருதலாம்
கருதுன்னு - கருதப்படுகிறது

அகழாய்வில் கண்டுபிடிக்கப்பட்ட படகுத்துறை, மலையாளத்தில் “கடவு” எனச்சொல்லப்பட்டிருக்கிறது. ”துறை” என்பதற்குத்தமிழிலும் கடவு என்னும் சொல் ஆளப்படுகிறது. “passport” என்பதற்குத்தமிழில் “கடவுச்சீட்டு” என்று சொல்கிறோம். படகு என்பதற்கு மலையாளத்தில் “வஞ்சி” என்று குறிக்கப்பட்டுள்ளது.

எர்ணாகுளம் நெடுஞ்சாலையில், விமான நிலையம் செல்லும் வழியைக்குறிக்க மலையாளத்தில் "விமான தாவளம்" என்று எழுதியிருந்ததைப்பார்த்து வியப்பேற்பட்டது. ஏனெனில், "தாவளம்" என்பது ஆயிரம் ஆண்டுப்பழமையான கல்வெட்டுச்சொல் ஆயிற்றே.

கொங்குநாட்டுக் கொடுமணல் அகழாய்வுக் களத்தில் இதுபோல, விளக்கக் குறிப்புகளுடன் கூடிய ஒரு காட்சிக்கூடம் இல்லையே என்பது வருத்தமளிக்கிறது.

- திங்கள், 17 ஆகஸ்ட், 2015

14. மயிலாடும்பாறை – ஆதித்த கரிகாலன் கல்வெட்டு

விழுப்புரம் மாவட்டம், திருக்கோயிலூர் வட்டம், பொ.மெய்யூர் என்னும் சிற்றூரில் மயிலாடும்பாறை என ஊர் மக்கள் குறிப்பிடும் பாறையில் ஒரு கல்வெட்டைக் கண்டிருக்கிறார் அவ்வூரைச் சேர்ந்த ச.குப்பன் என்பவர். அக்கல்வெட்டின் ஒளிப்படத்தை அனுப்பியிருந்தார்.

அது ஓர் அருமையான கல்வெட்டு. இராசராசனின் தமையன் ஆதித்த கரிகாலன் காலத்தைச் சேர்ந்த கல்வெட்டு. கல்வெட்டில் ஆதித்த கரிகாலன் ”வீரபாண்டியனைத் தலைகொண்ட கோப்பரகேசரி” எனக்குறிப்பிடப்பெறுகிறான்.

ஒளக் கண்டனாகிய சிங்க முத்தரையன் என்பவன் ஊருக்கான ஏரியைப் பராமரிப்பதற்காக அரைக்(காணி) நிலம் வரி நீக்கிக் கொடுத்ததோடு ஏரியின் மேலைப் பகுதியில் கல்லால் ஆகிய தூம்பும் செய்து கொடுத்துள்ளான். ஏரியைப் பராமரிக்க அளிக்கப்படும் நிலக்கொடை “ஏரிப்பட்டி” என்று குறிப்பிடப்படுகிறது. ”பட்டி” என்பது நிலத்தைக் குறிக்கும். சில நடுகற்களில் வருகின்ற “உதிரப்பட்டி” என்னும் சொல்லை ஒப்பிடுக.

இறந்த வீரனின் குடும்பத்தாருக்கு (இரத்த உறவு உள்ளவர்) நிலம் கொடையாக அளிக்கப்படுவதை "உதிரப்பட்டி" என்பார்கள். கல்வெட்டுப்பாடமும் கல்வெட்டுப்படமும் கீழே தரப்பட்டுள்ளன.

கல்வெட்டின் பாடம்

ஸ்வஸ்திஸ்ரீ வீரபாண்டியனைத்தலை

கொண்ட கோப்பரகேசரி ப(ந்)மற்கு யாண்டு

...........வது மிலாடுக்குறுக்கைக் கூற்றத்து

..... உடைய ...ஔகண்டனாகிய சிங்க

....னேன் இவூர்க்கு நஞ்செயரை

..(ஏ)ரிப்பட்டியாக இறைஇழிச்சி உ(ப)

யஞ்செய்த அட்டிக்குடுத்தேன் சிங்க(மு)

தரையனேந் இத்தர்மம் ரக்ஷித்தான் பா

தம் என்றலைமேலன இதிறக்கினான் கெ

ங்கையிடைக் குமரியிடைச் செய்தார் செய்

தார் செய்த பாவமெல்லாங்கொள்வான்

மேலை கற்றூபும் இட்டாருமிவரே

தூம்பு என்பது கல்வெட்டில் தூபு என்று வருவது குறிப்பிடத்தக்கது.

திருக்கோவிலூர் பகுதி சோழர் ஆட்சியின்போது மிலாடுக்குறுக்கைக் கூற்றம் என்னும் நாட்டுப்பிரிவில் அமைந்திருந்தது.

நன்றி : வீரபாண்டியனைத் தலைகொண்ட கோப்பரகேசரி, முதலாம் இராசராசனின் தமையன் என்றும், கல்வெட்டில் வரும் தூபு என்னும் சொல் கல்லால் செய்த தூம்பைக் (மதகு) குறிக்கும் என்றும் தகவல் தந்த கல்வெட்டறிஞர் முனைவர் இராசகோபால் அவர்களுக்கு நன்றி.

- புதன், 23 செப்டம்பர், 2015

15. பெரியகுயிலி – தொல்லியல் தடயங்கள்

கோவைக்கருகிலுள்ள ஒரு சிற்றூர் பெரிய குயிலி. அவ்வூரில் இருக்கும் பூசையாளர் சுப்பிரமணியம் என்பவர் அண்மையில் எனக்கு அறிமுகமானார். அவர், அவ்வூரில் அமைந்துள்ள குயிலியம்மன் கோவில் பூசைப்பொறுப்பை ஏற்றுக்கொண்டுள்ளதோடல்லாமல் அக்கோயிலைப் புதுப்பித்துக்கட்டும் திருப்பணியில் உழைப்பு மற்றும் பொருள் (செல்வம்) ஆகியவற்றைக் கொடையாகத் தந்தவர். கல்வெட்டுகள் கிடைக்கக்கூடிய இடங்கள் என நான் கருதித்தேர்வு செய்து தேடலை மேற்கொள்ளுகின்ற இடங்களில் ஒன்றாய்ப் பெரியகுயிலியும் அமையவே, அவரிடம் தொடர்புகொண்டு அவ்வூர் மற்றும் அதன் சுற்றுப்பகுதியில் கல்வெட்டுகள், பழஞ்சிற்பங்கள் போன்ற தொன்மைத் தடயங்கள் உள்ளனவா எனக் கேட்டிருந்தேன். அத்தகு இடங்கள் ஒரு சில காணப்படுவதாக அவர் கூறியதால் 9-02-2016 அன்று வரலாற்று ஆர்வலர்களான நண்பர்கள் திரு. மீனாட்சிசுந்தரம், திரு.ஜெயசங்கர் ஆகியோருடன் அங்கு சென்றேன்.

தொல்லியல் நோக்கில் அமைந்த ஒரு பயணம். கல்வெட்டுகளில் ஒரு தொடர் பயின்றுவருவதைப் பார்க்கலாம். அத்தொடர், “விளையினும் விளையாதொழியினும்” என்று அமையும். அதாவது, ஒரு நிலத்தின்மீது காணி அல்லது உரிமை கொண்ட ஒருவர் அல்லது ஓர் அமைப்பு வரி செலுத்தும்போது, நிலத்தில் விளைந்தாலும் விளைச்சல் இல்லாது போனாலும் வரி கட்டும் கடமை யினின்றும் பிறழ மாட்டோம் என்னும் உறுதி மொழிவதை அத்தொடர் சுட்டும். அது போன்றே, தொல்லியல் தடயங்கள் கிடைக்கவும் கூடும். கிடைக்காமலும் போகும். ஆனால், தேடல் தொடரும். அவ்வாறு மேற்கொண்ட பயணம் பெரியகுயிலி ஊரைப்பொறுத்தவரையிலும் ஏமாற்றம் அளிக்கவில்லை.

முதன்முதலாகப் பார்த்த இடம் குயிலியம்மன் கோயில். குயிலியம்மன் கோயில் கொண்டதால் ஊர்ப்பெயர் குயிலி என்று வழங்கியிருக்கலாம். ஊர்ப்பெரிய்வர்களுக்கு, ஊரின் பெயர்க்காரணம் தெரியவில்லை. கோவை, நெல்லை, மயிலை என ஊர்ப்பெயர்கள் வழங்கும் வழக்கத்தை ஒட்டி மக்கள் ”குயிலை” என அழைக்கின்றனர். அருகிலேயே இன்னொரு சிறிய ஊரும் இருப்பதால் பெரியகுயிலி, சின்னக்குயிலி என இரு

பெயர்கள். குயிலியம்மன் கோயிலில், தற்போது, குயிலியம்மன் முதன்மைத்தெய்வம் எனினும், கோயிலினுள்ளே ஒரு "ஆதி குயிலியம்ம"னும் உண்டு.

கல் ஊஞ்சல்

பெரும்பாலும், எல்லா அம்மன் கோவில்களிலும் கல்லால் எழுப்பப்பட்ட ஓர் ஊஞ்சல் அமைந்திருக்கும். நீண்டுயர்ந்த இரு கற்றூண்கள் அருகருகே நாட்டப்பெற்றிருக்க, அவ்விரு தூண்களையும் மேலே இணைத்த நிலையில் ஒரு கிடந்த கல். அதிலிருந்து தொங்கும் சங்கிலிகளில் பிணைத்த ஒரு மரப்பலகை ஊஞ்சல். மக்கள் வேண்டுதல் வைத்து வணங்கி, அம்மனின் திருமேனியை ஊஞ்சலில் அமர்த்தி ஆட்டி அம்மனை மகிழ்விப்பர். அம்மன் நள்ளிரவில் அவ்வூஞ்சலில் அமர்ந்து ஆடிக்களிப்பதாகவும் மக்களிடையே ஒரு நம்பிக்கை நிலவுகிறது.

ஊஞ்சலின் ஒருதூணில், கல் ஊஞ்சலை அமைத்துக்கொடுத்தவர் யார் என்பது ஒரு கல்வெட்டாகப் பொறிக்கப்பட்டுள்ளது. 1922-ஆம் ஆண்டு பொறிக்கப்பட்ட எழுத்துகள். தொண்ணூற்று நான்கு ஆண்டுகள் பழமை. எனவே, எழுத்துகளை ஒரு பள்ளி மாணவன் கூட எளிதில் படிக்க இயலும். இருப்பினும், கல்லின்மீதுள்ள பொறிப்பு என்பதால் சற்றே கடினம். கல்வெட்டின் பாடம் கீழே:

16. 1922
17. ஆடி
18. 28 தே
19. குயி
20. லாத்தா
21. ளுக்கு
22. கண்
23. ணப்
24. பாளை
25. யம்
26. வி.
27. ரங்

28. க போ

29. யன்

கண்ணப்பாளையம் ஊரைச்சேர்ந்த ரங்கபோயன் என்பவர், 1922-ஆம் ஆண்டு, ஆடி மாதம் 28-ஆம் தேதியன்று ஊஞ்சல் அமைத்துக்கொடுத்துள்ளார்.

நினைவுக்கல் சிற்பம்

சுற்றுச்சுவருடன் கூடிய கோயிலின் வெளிப்புறத்தில் கல் ஊஞ்சல் அமைந்துள்ளது போலவே, வெளிப்புறத்தில் கோயிலின் வலப்பக்கத்தில் ஒரு சிறு கோயில் அமைப்பு காணப்படுகிறது. ஏறக்குறைய ஆறடி உயரமுள்ள, பக்கத்துக்கு மூன்று என்னும் அளவில் ஆறு கற்றூண்களும், அவற்றை இணைத்து மேலே கிடத்திய இரு கற்றூண்களும், இவ்விரு கற்களுக்கிடையில் கூரையாகப் பாவப்பட்ட பலகைக்கற்களும் ஓர் அறையாகக் கோயில் தோற்றத்தைத் தருகின்றன. அறையின் உள்ளே, ஆணும் பெண்ணுமாய் ஒரு புடைப்புச்சிற்பம். இது ஒரு (Memory Stone) நினைவுக்கல்லாகும். கோவைப்பகுதியில் பல்வேறு நினைவுக்கற்கள் காணப்படுகின்றன. இவை யாவும் இறந்துபோன வீரர்கள், தலைவர்கள், பெண்கள் ஆகியோருக்காக எழுப்பப்பட்ட நினைவுக்கற்களாகும். கால்நடைச் சமுதாயம் ஓங்கியிருந்த நிலையில், கால்நடைகளைக்காக்கும் பணியில் ஈடுபட்டுப் புலியுடன் போராடி இறந்த வீரர்கள், கால்நடைகளைக்கவர்ந்து சென்ற எதிர்க்குழுவினரிடமிருந்து அவற்றை மீட்கும் முயற்சியில் (ஆநிரை மீட்டல்) எதிர்க்குழுவின் வீரர்களுடன் போரிட்டு இறந்த வீரர்கள், ஊர் அல்லது ஒரு குழுவின் தலைமைப் பொறுப்பை ஏற்று அரிய பணிகளைச் செய்து இறந்த தலைவர்கள் மற்றும் இவ்வகை வீரர்/தலைவர் ஆகியோருடன் உடன்கட்டை ஏறி இறந்த அவர்தம் மனைவியர் ஆகிய பலருக்கும் நினைவுக்கற்கள் எடுக்கப்பட்டு அவர்களை வணங்கும் வழக்கம் உண்டு. வீரக்கல், நடுகல், புலிகுத்திக்கல், நரிகடிச்சான் கல், சாமிக்கல், மாஸ்திக்கல் (மாசதிக்கல்) எனப் பல்வேறு பெயர்களால் கிராம மக்கள் வழங்குவர். அவற்றைப்பற்றிய செவிவழிக் கதைகளும் மக்களிடையே வழங்குவதுண்டு. அது போன்ற ஒரு நினைவுக்கல்தான் மேலே குறிப்பிட்ட நினைவுக்கல் சிற்பம்.

சிற்பத்திலுள்ள ஆணின் தலைப்பகுதியில் முடி, கொண்டை அமைப்பாக இல்லாமல், தலைப்பாகையுடன் உள்ளது. தலைப்பாகையில் ஒரு தலையணி இருப்பதுபோல் காணப்படுகிறது. மேல்நோக்கி முறுக்கிய மீசை. செவியணியும், கைவளையும், கழுத்தில், கழுத்தை ஒட்டியணியப்பட்ட கண்டமாலையும்,

அதனை அடுத்துத் தொங்கலாக அணியப்பட்ட நீண்ட மாலையும் காணப்படுகின்றன. ஆடை இடையிலிருந்து தொடங்கிப் பாதம் வரைக் காணப்படுகிறது. இடையின் இருபக்கங்களிலும் சுங்கு எனப்படும் ஆடைத்தொங்கல்கள் உள்ளன. பெண் வலப்புறம் கொண்டை முடியுடனும், இடையிலிருந்து பாதம் வரை ஆடையுடனும் காணப்படுகிறாள். கழுத்தில் அணிகள் எவையும் காணப்படுவதில்லை; கைவளைகளும் புலப்படாத நிலையில் கணவனோடு சேர்ந்து இறந்துபோன சதிப்பெண்ணாக இச்சிற்பத்தைக் கருதலாம். இக்கருத்தை ஊர் மக்களிடையே வழங்கும் கதை இருப்பின் ஒப்புநோக்கலாம். பெண் கைகூப்பி வணங்கும் தோற்றம் ஆணின் சிற்பத்தில் இல்லை. மாறாகக் கைகளைக் குவித்து வைத்துள்ளது குறிப்பிடத்தக்கது.

கருப்பராயன் (கன்னிமார்) கல் (கல்வெட்டுப்பொறிப்புடன்)

பூசையாளர் சுப்பிரமணியம் அடுத்து எங்களை ஒரு தோட்டத்துக்கு அழைத்துச்சென்றார். பெரியகுயிலி ஊர்ப்பகுதி வறட்சியான ஒரு பகுதி. இருப்பினும் ஓரிரு இடங்களில் முன்னாளில் முன்னோர் சிலர் வெட்டிவைத்த பெரிய கிணறுகள் அமைந்துள்ள தோட்டப்பகுதிகளில், கிணற்று நீரை இறைத்துச் சொட்டுநீர்ப் பாசனம் செய்கின்றனர். அவ்வாறான ஒரு தோட்டப்பகுதிக்கு நாங்கள் சென்றோம். அவரைப்பயிர் பூக்களோடும், சிறு சிறு பிஞ்சுக்காய்களோடும் வளர்ந்து அந்தச் சிறிய இடத்துக்குப் பசுமையான தோற்றத்தை வழங்கியிருந்தது. கிணற்றின் அருகில், ஒரு மரத்தடியில் சில கற்கள். கருப்பராயன், கன்னிமார் கடவுளர் என மக்கள் வழிபடுகின்றனர். லிங்கத்தின் தலைப்பகுதி போன்ற தோற்றத்தில் அகன்ற பெரியதொரு கல். அதையடுத்து, நீள் சதுர வடிவில் ஒருகல். அதன் நடுப்பகுதி செங்குத்தாய் நீண்டு அதில் நாகம் செதுக்கப்பட்டிருந்தது. இக்கல்லின் பரப்பில், வலப்புறம் சிறிய தூண் அமைப்பில் ஒரு புடைப்புச்சிற்பம். மீதியுள்ள சமதளப்பரப்பில் எழுத்துப்பொறிப்புகள் உள்ளன என்று சுப்பிரமணியம் கூறினார். இவை யாவும் ஒரே கல்லில் செதுக்கப்பட்டிருந்தன. இக்கல்லின் முன்புறம் உருண்டை வடிவில் சிறு சிறு கற்கள். அவை ஏழு கன்னிமார் கடவுளரைக் குறிப்பன. ஐந்து கன்னிமாரே காணப்பட்டனர். இரண்டு கன்னிமார் கற்களை யாரோ சொந்த வழிபாட்டுக்காக எடுத்துச் சென்றுவிட்டனர் என்பது புதிய செய்தியாக இருந்தது. வழிபாட்டுக்காக எண்ணெய் பூசிப்பூசிக் கல்பரப்பு முழுதும் எண்ணெய்ப்பற்று. கூர்ந்து நோக்கியபோது எழுத்துகள் இருப்பது உறுதியாயிற்று.

இரும்புத்தகடு மூலம் எண்ணெய்ப்பற்றைச் சுரண்டி எடுத்தோம். அடை அடையாக, எண்ணெய்ச்செக்கில்

வெளிப்படும் பிண்ணாக்குச் செதில்கள் போல எண்ணெய்ப்பற்று வெளியேறியது. இரும்புப் புருசு மூலம் கல்பரப்பைத் தேய்த்தபின் எழுத்துகள் ஒருவாறு புலப்பட்டன. இரண்டு வரிகள் மட்டுமே புலப்பட்டன. எழுத்தமைதியை ஆராயும்போது கல்வெட்டின் காலம் கி.பி. 13 அல்லது கி.பி 14-ஆம் நூற்றாண்டு ஆகலாம் எனக் கருதமுடிகிறது. வெள்ளைச் சுண்ணாம்பை நீரில் கலந்து கல்வெட்டின்மீது பூசிக் காயவிட்டபின் எழுத்துகளைப் படிக்க முயன்றோம். கல்வெட்டின் பாடத்தை அப்போதே சரியாகக் படிக்க இயலவில்லை. முதல் வரியில் “ராயண வ” என்னும் சொல்லும், அடுத்தவரியில் “க்கு திரா த ரா ச” என்னும் சொல்லும் புலனாயின.. ஆனால் கல்வெட்டின் ஒளிப்படததைக் கணினியில் உருப்பெருக்கம் செய்து ஆய்ந்து பார்த்ததில் கல்வெட்டின் இருவரிப் பாடம் கீழ்வருமாறு அமைந்திருந்தது.

கல்வெட்டின் பாடம்:

1. (வீ ர நா) ரா ய ண வ தி

2. க்கு (அ) தி ரா ச ரா ச (ந்)

கல்வெட்டு சொல்லும் செய்திகள்

கல்வெட்டின் இரு வரிகள் நமக்குப் பல செய்திகளைச் சொல்லுகின்றன. ”வதி” என்னும் சொல் வாய்க்காலைக் குறிக்கும். வாய்க்கால், வதி, ஏரி, மன்னறை (காடழித்து வேளாண் நிலமாக்கிய பகுதி) ஆகிய இடங்கள் அரசர் பெயரால் வழங்கப்படுதல் மரபு. கோவை சங்கமேசுவரர் கோயில் கல்வெட்டொன்றில் (கோவைமாவட்டக் கல்வெட்டுகள்-க.வெ.எண்; 90/2004) “சிவபாதசேகர மன்னறை” என்றும், பேரூர் அழகிய சிற்றம்பலக்கோயில் கல்வெட்டொன்றில் (கோவைமாவட்டக் கல்வெட்டுகள்-க.வெ.எண் 118/2004) “வீரகேரள விலாடகுல மாணிக்க வதி” மற்றும் “அதிராஜராஜ வாய்க்கால்” என்றும் வருவதைக் காண்க. அது போல், நம் கல்வெட்டிலும் ”வீரநாராயணவதிக்கு” என வருகிறது. மேலும், ”அதிராசராச” என்னும் அரசர் பெயரும் காணப்படுகிறது. கோயிலுக்கு நிலம் கொடையளிக்கப்பட்ட செய்திகள் கொண்ட கல்வெட்டுகளில், நிலத்தின் எல்லை வரையறுத்துச் சொல்லப்படும்போது நிலத்தை ஒட்டிய நான்கு திசைகளில் அமைந்திருக்கும் வதி, வாய்க்கால், மன்னறை, நிலம் போன்றவற்றின் குறிப்புகள் சொல்லப்படும். அது போலவே இக்கல்வெட்டிலும் சொற்கள் வருவதால் இக்கல்வெட்டு, நிலக்கொடை மற்றும் நிலத்தின் எல்லை பற்றிய செய்திகளைக் கொண்ட கல்வெட்டு என்பது உறுதியாகின்றது.

நிலக்கொடை கோயிலுக்கு அளிக்கப்பட்டதா அன்றி வேறு காரணம் பற்றியா என்பது தெளிவாகவில்லை. காரணம், கல்வெட்டின் தொடக்கப்பகுதி இக்கல்வெட்டில் இல்லை. “ஸ்வஸ்திஸ்ரீ” எனத்தொடங்கும் முதல்வரியுடன் கூடிய கல்வெட்டுப்பகுதி பிறிதொரு கல்லில் வெட்டப்பட்டிருக்க வேண்டும். அந்தக் கல் கிடைத்தால்தான் கொடை பற்றிய செய்தியும், எந்த அரசன் காலத்தது என்பதும் தெரியவரும். இக்கல்வெட்டின் கீழ்ப்பகுதி நிலத்தில் புதையுண்டு கிடப்பதால், நிலத்தின் கீழுள்ள பகுதியையும் தோண்டி எடுத்துப்பார்த்தால் இன்னும் தெளிவான விளக்கங்கள் கிடைக்க வாய்ப்புள்ளது. இது பற்றி நில உடைமையாளர் மற்றும் ஊர்க்கவுண்டர்கள் ஆகியோரிடம் பேசி ஏற்பாடுகள் செய்யவேண்டியுள்ளது. எனவே, மேற்கொண்டு கல்வெட்டுச் செய்திகள் கல்வெட்டினை மீளாய்வு செய்தபின்னரே கிடைக்கும்.

அய்யாசாமி கோயில்

அடுத்து நாங்கள் சென்ற இடம் சிறு சிறு கோயில்களாகப் பல கோயில்கள் அமைந்திருந்த தோட்ட ஒரு வளாகம். முதலில் அய்யாசாமி கோயில். பல ஊர்களில் அய்யாசாமி கோயில்கள் உள்ளன. இங்கு நாம் பார்த்த கோயில் ஊர்ப்பொதுக்கோயில் எனினும், பகலக்கூட்டத்தைச் சேர்ந்தவர்களின் பூசைப்பொறுப்பில் வழிவழியாக வந்துள்ளது. இறைவனின் திருமேனி ஒரு சிறிய படிமம். வலது காலை நேராக ஊன்றியும் இடது காலை மடக்கியும் வைத்த நிலையில் இறைவன் காணப்படுகிறார். பூணூல் அணிந்துள்ளார். இவர் ஒரு குழந்தை சாமி என்னும் கருத்து நிலவினாலும் இங்குள்ள திருவுருவம் மீசையுடன் காணப்படுகிறது. கைகளில் சங்கு சக்கரம் ஏந்தியது போலக் காணப்படுகிறது. விஷ்ணுவுடன் தொடர்புப் படுத்துகின்றனர்.

முட்டாள் ராக்கியப்பன் கோயில்

இப்பெயரில் வணங்கப்படும் இறைவனின் சிற்பம் ஒரு நினைவுக்கல் சிற்பத்தையே காட்டுகின்றது. ஒரு வீரர் தலைவனின் உருவத்தைக்கொண்டுள்ளது. நெடியதாய் நின்ற தோற்றம். தலைமுடியின் நடுப்பகுதி உச்சியில் நன்கு முடியப்பட்டுக் கட்டப்பட்டுள்ளது. கட்டப்படாத முடி சடை முடியாகப் பக்கவாட்டில் தொங்குகிறது. முகத்தில் மேல்நோக்கிய நிலையில் முறுக்கு மீசை. கழுத்தில் நிறைய அணிகலன்கள். கைகளில் வளைகளும் கால்களில் கழல்களும் உள்ளன. கால்களில் கழலோடு சேர்ந்து சிலம்பு போன்ற ஓர் அணிகலன் காணப்படுகிறது. பாதங்களில் பாதக்குறடு அணிந்துள்ளார். கைக்ள்

கூப்பியிருந்தாலும் கைகளுக்கிடையில் ஒரு குறுவாள் உள்ளது. இடையிலும் ஒரு குறுவாள் உள்ளது. முழங்கால் வரையிலான ஆடை. இடையாடையிலும் அணிகலன்கள் காணப்படுகின்றன. அணிகலன் ஒன்றில் தாயத்துப்போன்ற ஒரு பொருள் காணப்ப்டுகிறது. ஆடையின் இருபுறமும் சுங்குகள். சிற்பத்தின் வலது புறம் சூலம் போன்ற ஓர் ஆயுதம் காட்டப்பட்டுள்ளது. ஆனால், சூல நுனியில் இரு நீட்சிகளே உள்ளன. மொத்தத்தில், பெரும்பதவியிலிருக்கும் வீரர் தலைவனின் நினைவுக்கல்லாக இதைக் கருதுமாறு தோற்றம்கொண்டுள்ளது. ”முட்டாள்' என்னும் முன்னொட்டுச் சொல்லின் விளக்கம் தெரியவில்லை. சிற்பத்தின் நேர்த்தியான வடிவமைப்பு இதன் காலம் கி.பி. 18-ஆம் நூற்றாண்டுக்கு முந்தையது எனக் கருதவைக்கிறது.

வாயில் கதவின் இரு பக்கச் சுவர்களின் அடிப்பகுதியில் சிற்பத்தொகுதியுள்ள இரு சிறு கற்கள் உள்ளன. ஒன்றில் இரு யாளி உருவங்களும் ஒரு யானை உருவமும் செதுக்கப்பட்டுள்ளன. மற்றொன்றில் இரு குரங்குகள் கைகளில் ஒரு பொருளை வைத்து விளையாடுவது போன்ற உருவமும் இரு வீரர்கள் போரிடுவது போன்ற உருவமும் செதுக்கப்பட்டுள்ளன. கோயில்களில் சுவர்ப்பகுதி முடிந்து கூரைப்பகுதி தொடங்கும் இடத்தில் யாளி வரிசை, பூத்கண வரிசை காணப்படும். அத்தகைய வரிசைக்

கற்களில் இரண்டினை இங்கே வைத்துப் பதித்துள்ளனர் என்று தெரிகிறது.

பேச்சியம்மன், மசிறியாத்தா கோயில்

இக்கோயிலில், பேச்சியம்மன், மசிறியம்மன், அன்னையர் எழுவர் (கன்னிமார்) திருவுருவங்கள் உள்ளன. சிற்பங்கள் பிற்காலத்தவை. பேச்சியம்மன் சிற்பத்தில் கைகளில் சங்கு சக்கரங்கள் வைஷ்ணவியை ஒத்துள்ளன. மசிறியாத்தா சிற்பம் கையில் குழந்தையுடன் காணப்படுகிறது. ராக்கியப்பன், பேச்சியாத்தா, மசிறியாத்தா கோயில்கள் இப்பகுதியிலிருக்கும் பூந்துறை காடை கூட்டத்தவர் வழிபாட்டுக்குரியவை.

ஆநிரை தொடர்பான வீரக்கல்

இறுதியாக, ஒரு தென்னந்தோப்பில் மண்ணில் புதையுண்டு கிடந்த ஒரு வீரக்கல்லைப் பார்த்தோம். கி.பி. 15/16 –ஆம் நூற்றாண்டைச் சேர்ந்ததாக இருக்கக்கூடும் என்று கருதத்தக்க ஒரு வீரக்கல் சிற்பம். அது. ஒரு வீரன் பகை வீரனுடன் போரிடும் காட்சியை நினைவு படுத்தும் வகையில் அமைந்துள்ளது. மார்பளவு மட்டுமே உள்ள அச்சிற்பத்தில் பகை வீரனின் உருவம் புலப்படவில்லை. மண்ணுக்குள் புதையுண்ட பகுதியைத் தோண்டி எடுத்தபின்னரே அச்சிற்பம் ஆநிரை கவர்தலோடு தொடர்புள்ளதா என உறுதிபடுத்த இயலும். வேளாண் பணியின் போது இச்சிற்பம் வெளிப்பட்டதாகவும், அரசுக்குத் தகவல் தரப்பட்டு, அரசு வருவாய்ப்பிரிவின் அலுவலர்கள் இச்சிற்பத்தை வந்து பார்த்துப்போனதாகவும் சொன்னார்கள்.

முடிவுரை

கட்டுரையின் தொடக்கத்தில் குறிப்பிட்டதுபோல, பெரியகுயிலி ஊர்ப்பகுதி தொல்லியல் சார்ந்த பகுதி என அறியப்படுகிறது. இப்பகுதியில் பழங்கோயில் ஒன்று இருந்துள்ளது என்றும் அழிந்துபோன அதன் எச்சங்களாகச் சில சிற்பங்களும் கற்றூண்களும் பல இடங்களில் சிதறுண்டு போனதாகவும் இங்குள்ளவர்கள் கூறுகிறார்கள். மேலும் சில சான்றுகள் கிடைத்தால் இச்செய்தி மெய்யாகக் கூடும்.

16. அறச்சலூர் – தமிழிக்கல்வெட்டு

வரலாற்றுக்காலத்துக்கு முந்தைய தொல்மாந்தர்

வரலாற்றுக்காலத்துக்கு முந்தைய தொல்மாந்தர் தாங்கள் பார்த்தவற்றை நினைவுபடுத்திக்கொள்ளவும், தங்கள் எதிரில் இல்லாதவர்க்குக் காலம் இடம் கடந்து செய்தி தரவும் படங்கள், குறியீடுகள் ஆகியவற்றைத் தாங்கள் தங்கியிருந்த குகைப்பாறைகளில் வரைந்தனர். இத்தகைய பாறை ஓவியங்களே எழுத்துகளுக்கு அடித்தளங்களாயின. எழுத்துகள் கிடைத்த காலத்திலிருந்துதான் வரலாறு தொடங்குகிறது என அறிஞர்கள் வகுத்திருக்கிறார்கள்.

தொன்மை எழுத்துகள்

குறியீடுகளிலிருந்து எழுத்து வந்தது என்று கருதப்படுகிறது. மிகத்தொன்மையான எழுத்து வடிவத்துக்குச் சான்றாக, இந்திய அளவில் இன்றுள்ள பலவேறு எழுத்துகளுக்கு முன்னோடியாக விளங்குபவை கரோஷ்டி, பிராமி என்ற இரு தொன்மை எழுத்துகளே ஆகும். இன்று வழக்கிலுள்ள, இடமிருந்து வலமாக எழுதப்படும் எழுத்துகளுக்கு முன்னோடி பிராமி எழுத்தாகும். வலமிருந்து இடமாக எழுதப்படும் அரபி, பாரசீகம் முதலிய எழுத்துகளுக்கு முன்னோடி கரோஷ்டியாகும். இந்தியா முழுதும் பயன்பாட்டில் இருந்த பிராமி எழுத்து, தமிழகத்தில் தமிழிஎன அழைக்கப்படுகிறது. தமிழ் மொழியை மட்டுமே எழுதப்பயன்பட்ட இவ்வெழுத்து “தமிழி’ என்றும் அழைக்கப்பபடுகிறது.

சமணக்குகைத்தளங்களும் தமிழியும்

தமிழி எழுத்துகள் தமிழகத்தில் ஏறத்தாழ முப்பது ஊர்களில் மலை சார்ந்த குகைத்தளங்களில் கண்டறியப்பட்டுள்ளன. தமிழ்-பிராமிக் கல்வெட்டுகள் சிறு குன்றுகள் மற்றும் உயர்ந்த மலைகளில் இயற்கையாக அமைந்த குகைத்தளங்களில் காணப்படுகின்றன. இக்குகைத்தளங்களில் பெரும்பாலும், மக்களையும் ஊர்களையும் விட்டு ஒதுங்கி மிக எளிமையாக வாழும் தன்மையினரான சமண முனிவர்கள் தங்கியிருந்தனர். அவர்கள், தங்களின் தனிமைத்தவத்தோடு, கல்வி, அடைக்கலம், மருத்துவம் ஆகிய மூன்று அறங்களையும் கடைப்பிடித்தனர். அவர்களது அறநெறி வழிகாட்டலில் ஈர்க்கப்பட்ட மக்கள் அவர்கள்பால் கொண்ட பெருமதிப்பின் காரணமாக இக்குகைத்தளங்களில் துறவிகள்

படுத்துறங்களஎளிமையான கற்படுக்கைகள் அமைத்துக்கொடுத்தனர். மழை நீர் குகைத்தளங்களில் செல்லாமல் தடுக்க குகைப்பாறையின் முகப்பில் விளிம்புப் புடைப்புகளை வெட்டிக்கொடுத்தனர். குடிநீருக்காகச் சுனைகளையும் அமைத்துக்கொடுத்தனர். இவ்வகையான அறச்செயல்களைக் கல்வெட்டுகளாக வெட்டிப் பதிவுசெய்தனர். கல்வெட்டுகள் இவ்வறச்செயல்களைத் "தம்மம்" , "அறம்" என்னும் சொற்களால் குறிப்பிடுகின்றன.

இவ்வகைக் குகைத்தளங்கள் எளிமையானவை, ஒதுக்குப்புறமானவை. எனினும் அக்குகைத்தளங்களிலிருந்து பார்க்கும்போது அவற்றின் எதிரே மிகப்பரந்த சமவெளியினைக்காணமுடிகிறது. நெடுந்தூரத்து நிகழ்வுகளை நோக்கும் வண்ணம் அவற்றின் குறுக்கே எவ்விதத் தடைகளும் இல்லாத குகைத்தளங்களாக அவை அமைந்திருப்பதைக்காணலாம். தமிழ்-பிராமிக் கல்வெட்டு உள்ள இடங்கள் பெருவழிகளை அடுத்தும், பண்டைய நகரங்கள் மற்றும் வணிகச்சிறப்புடைய ஊர்களை அடுத்தும் இருப்பதைக் காணலாம்.

அறச்சலூர் சமணக்குகையும் தமிழிக் கல்வெட்டும்

தமிழ்-பிராமிக்கல்வெட்டுகள் காணப்படும் ஊர்கள் முப்பது என்று மேலே குறிப்பிட்டோம். அவற்றில் பதினான்கு ஊர்கள் மதுரை மாவட்டத்தைச்சேர்ந்தவை. நெல்லை, விழுப்புரம், சிவகங்கை, புதுக்கோட்டை ஆகிய மாவட்டங்களில் இரண்டிரண்டு ஊர்கள். கொங்குப்பகுதியில் சேலம் மாவட்டத்தில் ஒன்றும், கரூர்ப்பகுதியில் ஒன்றும், ஈரோடு பகுதியில் ஒன்றும் என மூன்று ஊர்களில் கல்வெட்டுகள் உள்ளன. ஈரோடு மாவட்டத்தில், ஈரோட்டுக்கருகில், ஈரோடு-காங்கயம் சாலையில் அமைந்துள்ள அறச்சலூர் கல்வெட்டைச் சென்ற 27-02-2016 அன்று கட்டுரை ஆசிரியரும், அவிநாசி வரலாற்று ஆர்வலர் ஜெயசங்கரும் சென்று பார்த்தனர். தமிழகத்தின் தொன்மையான எழுத்தைக்கொண்டிருக்கும் கல்வெட்டு நம் பகுதியில் அறச்சலூரில் இருக்கும் வரலாற்றுப்பெருமை நம்மில் பலருக்குத் தெரியாது என்னும் காரணத்தாலும், இச்செய்தி நாளிதழில் வெளியிடப்பட்டு அதன் மூலம் அறச்சலூர் ஊர்மக்களுக்குத் தம் ஊரின் சிறப்பு புலப்படவேண்டும் என்னும் காரணத்தாலும் இக்கட்டுரை எழுதப்படுகிறது.

அமைவிடமும் மலைப்பாதையும்

அறச்சலூர், முன்னர் குறிப்பிட்டவாறு, ஈரோடு-காங்கயம் சாலையில் அமைந்துள்ள ஒரு சிறிய ஊர். ஊரை அடைந்து

அங்கே இருப்பவர்களிடம் சமணக்குகையைப்பற்றியும் கல்வெட்டைபற்றியும் கேட்டோம். நன்கு தெரிந்தவர் கிடைக்கவில்லை. பின்னர், அப்பகுதியில் கட்டிடப்பணியில் ஈடுபட்டிருந்த ஒருவரிடம் கேட்டபோது அவ்வூர் இளைஞர் சுரேஷ் என்பவர் அறிமுகமானார். அவர் வழிகாட்ட நாங்கள் பின்தொடர்ந்தோம்.. கல்வெட்டு அமைந்திருக்கும் மலை நாகமலை என்னும் பெயருடையது. காங்கயம் சாலையில் ஓரிடத்தில் வாய்க்கால் ஒன்றும், வாய்க்காலை ஒட்டி ஒரு சிறிய சாலையும் உள்ளன. இந்தச்சாலையில் சிறிது தொலைவு சென்று மலையடிவாரத்தை நோக்கியுள்ள ஏற்றமான மண் பாதையில் சற்றுத்தொலைவு சென்றதும் கருவேல முள்மரங்கள் நிறைந்த பகுதி தென்பட்டது. அந்த முள்மரங்களினூடே சிறிது தொலைவு நடந்து சென்றதும் மலையின் அடிவாரப்பாறைப்பகுதி தென்பட்டது.

பாறைகளுக்கிடையில் பத்துப்பதினைந்து நிமிடங்கள் ஏறிச்சென்றதும், ஒரு பாறைப்பிளவு தென்பட்டது. அருகில் சென்றோம். குறுகலான ஒரு குகைத்தளம். முகப்பிலிருந்து சற்றே உள்பகுதியில் நுழைந்ததும், நாம் நிமிர்ந்து நின்ற நிலையிலிருந்து குனியவேண்டிய நிலை. குனிந்து சென்று அமர்ந்தோம். சமணத்துறவிகளுக்கு வெட்டிக்கொடுத்த படுக்கைகள் (நன்கு பார்த்தால்தான் அவை படுக்கைகள் எனத்தெரியும்) இருந்தன. ஒரு படுக்கையின் தலைப்பகுதியில் இரு வரிகளில் கல்வெட்டு பொறிக்கப்பட்டுள்ளது. குகைத்தள வாயிலில் நின்று எதிரே பார்த்தால் தடைகளற்ற பரந்தவெளி தெரிந்தது.

கல்வெட்டும் அதன் செய்தியும்

இந்தக்கல்வெட்டைப் பார்க்கக் கல்லூரிகளிலிருந்து பேராசிரியர்களும் மாணவர்களும் வந்துபோயிருக்கின்றனர்

என அறிந்தோம். எனவே கல்வெட்டின்மீது சாக்கட்டியால் விளம்பியிருந்தது வியப்பை அளிக்கவில்லை.

விளம்பிய நிலையில் அதைப்படிக்க முடிந்தாலும், எழுத்துகளின் சரியான வடிவத்தை ஓரளவு தெரிந்துகொள்ள சாக்கட்டி விளம்பலை நீர்கொண்டு கழுவித் துடைத்துவிட்டு, எழுத்துகளின் பொறிப்புப் பள்ளங்களில் நீரில் கலந்த

வெள்ளைச் சுண்ணத்தூளைப்பூசிக் காயவிட்டுப்பார்த்தோம். ஓரளவு எழுத்துகளின் வடிவம் புலப்பட்டது. கல்வெட்டின் பாடம், தமிழ்நாடு அரசு தொல்லியல் துறையினர் வெளியிட்ட "தமிழிகல்வெட்டுகள்" நூலில் காணப்படுகிறது. பாடம் வருமாறு:

வரி 1 எழுத்தும் புணருத்தான் மணிய்
வரி 2 வண்ணக்கன் தேவன் சாத்தன்

மணிவண்ணக்கனான தேவன் சாத்தன் (இசை) எழுத்துகளைச் சேர்த்தமைத்தான் என்பது இதன் பொருளாகும். இசை எழுத்துகள் பற்றிச் சிலப்பதிகார உரையில் (சிலம்பு 17:13 உரை) அடியார்க்குநல்லார், "பாலை" என்னும் படவடிவ இசைக் குறிப்புகள் உண்டு என்றும் அவை வட்டப்பாலை, சதுரப்பாலை என்று இருவகைப்படும் எனவும் குறிப்பிடுகிறார். அதுபோன்ற ஒரு சதுரப்பாலை வடிவத்தை எழுத்துகளால் பொறித்திருக்கிறார் தேவன் சாத்தன் என்பவர். இந்தச்சதுரப்பாலையின் வடிவத்தில் ஒரு கல்வெட்டு அருகிலேயே பொறிக்கப்பட்டுள்ளது. கல்வெட்டு சிதைந்துள்ளது. மேலே குறிப்பிட்ட நூலில் கொடுக்கப்பட்ட கல்வெட்டுப் பாடம் வருமாறு:

வரி 1 த தை தா தை த
வரி 2 தை தா தே தா தை

வரி 3தா தே தை தே தா

வரி 4தை தா தே தா தை

வரி 5த தை தா தை த

இந்தச்சதுரத்தில், இடமிருந்து வலமாக, வலமிருந்து இடமாக, மேலிருந்து கீழாக, கீழிருந்து மேலாக எப்படிப் படித்தாலும் ஒன்றுபோல் அமைந்துள்ளதைக்காணலாம்.

எழுத்துப்புணருத்தான் கல்வெட்டு – சில விளக்கங்கள்

இக்கல்வெட்டுக்குப் பாடபேதங்களும் உண்டு. அவற்றில் குறிப்பிடத்தக்கவை கீழ் வருமாறு.

முதலாவது:

வரி 1 எழுத்துப் புணருத்தான் மணிய்

வரி 2 வண்ணக்கன் தேவன் சாத்தன்

இரண்டாவது:

வரி 1 எழுத்தும் புணருத்தான் மலைய்

வரி 2 வண்ணக்கன் தேவன் சாத்தன்

"மெய்யின் இயற்கை புள்ளியொடு நிலையல்" (15)

"மெய் ஈறு எல்லாம் புள்ளியொடு நிலையல்" (104)

என்னும் தொல்காப்பிய விதிப்படி, மெய்யெழுத்துகள் புள்ளிபெற்று அமையவேண்டும். அதுபோலவே, "ஏ", "ஓ" ஆகிய நெடில் எழுத்துகளும் குறிலாக்க் காட்டும்போது புள்ளிபெறும் மரபு இருந்துள்ளதைத் தொல்காப்பியம் கீழ்வருமாறு கூறுகிறது:

"எகர ஒகரத்து இயற்கையும் அற்றே"

அறச்சலூர்க் கல்வெட்டில் இந்த விதிமரபு கடைப்பிடிக்கப்பட்டுள்ளதைக் காணலாம். கல்வெட்டின் முதல் எழுத்தாகிய "எ" குறிலில் புள்ளி இருப்பதைக் காணலாம்.

வட்டெழுத்தின் தொடக்க நிலை

இக்கல்வெட்டின் எழுத்துகள் பிராமி எழுத்திலிருந்து வட்டெழுத்து தோன்றுவதற்கு அடிப்படையான மாற்றத்தின் தொடக்கமாகக் கருதப்படுகிறது. பெரும்பாலும் நேர்கோடுகளால் அமைந்த பிராமி எழுத்தின் திருந்திய வடிவம் சற்றே மாறுபட்டு வளைவுகள் நிரம்பப்பெற்றதாக உருக்கொண்ட நிலையை இங்கு காண்கிறோம். மேலும், பிராமி எழுத்துகள் போலன்றி, எழுத்துகள் தலைக்கோடு பெற்றுள்ளதைக் காணலாம்.

கல்வெட்டில் வரும் வண்ணக்கன் என்னும் சொல் ஆய்வுக்குரியது. புறநானூறுப்பாடல்-198 வடமவண்ணக்கன் பேரிசாத்தனார் என்னும் புலவர் பாடியது. புறநானூற்றுக்கு உரை எழுதிய ஔவை.சு.துரைசாமிப்பிள்ளை தம் குறிப்புரையில், வண்ணக்கன் என்னும் பெயர் பொன்னோட்டம் பார்க்கும் தொழிலினரைக் குறிப்பதாகும் என்று கூறுகிறார். இது, பொன்னின் தரத்தையும், பொற்காசின் தரத்தையும் பார்ப்பவர் என்று பொருளாகிறது. இந்த வண்ணக்கன், மலை வண்ணக்கனா அல்லது மணி வண்ணக்கனா என்னும் ஐயம் ஏற்படக்காரணம், கல்வெட்டில் இந்தப்பெயரில் வரும் ஓர் எழுத்து, “ணி” மற்றும் “லை” என இருவேறு வகையில் படிக்கப்பட்டுள்ளது. தொல்லியல் துறையின் மேலே குறிப்பிட்ட நூலில், முடிவாக “மணி” என்று குறிப்பிடப்பட்டுள்ளது. அதேவேளை, நூல் குறிப்பில், “மணி என்பதைவிட மலை என்பதே எழுத்தின் அடிப்படையில் ஏறத்தாழ சரியாக உள்ளது” எனக் கூறப்பட்டுள்ளது. எழுத்தைக் கல்லில் பொறித்தசிற்பி இந்தஓர் எழுத்தை மட்டும் தெளிவாகச் செதுக்காமல் விட்டது இவ்வாறான ஐயம் எழ இடமளித்தது எனலாம். மலை வண்ணக்கன் என்பது மலைப்பிரதேசத்தைச் சேர்ந்த வண்ணக்கன் என்ற குடியைச் சேர்ந்தவன் எனப்பொருள்படும். ஆனால், அறச்சலூருக்கு அண்மையில் உள்ள கொடுமணல் என்னும் ஊரில் செய்யப்பட்ட அகழாய்வில் சங்ககாலத்திய வண்ணமணிகள் செய்யப்பட்ட தொழிற்கூடங்கள் அறியப்பட்டுள்ளதால் மணிகளைச் சோதிப்பவன் என்பதும் பொருந்துகிறது.

இப்போது கல்வெட்டின் எழுத்துகளைப் பார்த்து “மணிவண்ணக்கன்” , “மலைவண்ணக்கன்” ஆகியவற்றில் மிகையாக எது பொருந்திவருகிறது எனக் காண்போம்.

- திங்கள், 7 மார்ச், 2016

17. சேவூர் – நடுகற்கள்

அவிநாசி வட்டத்தில் உள்ள ஊர் சேவூர் .பண்டைய கொங்கு நாட்டில் இவ்வூர்கள் வடபரிசாரநாடு என்னும் நாட்டுப்பிரிவில் அமைந்திருந்தன. இப்பகுதி வரலாற்றுச் சிறப்புமிக்க கோவில்களையும் தொல்லியல் தடயங்களையும் கொண்டதாகும். அண்மையில், அவிநாசி வரலாற்று ஆர்வலர் ஜயசங்கருடன் நான் சென்றிருந்த போது சேவூர்ப்பகுதியில் கல்வெட்டு ஆய்வுக்காகச் சென்றிருந்தபோது, சேவூரில் புதிய காவல் நிலையம் கட்டப்படுகின்ற வளாகத்தில் புடைப்புச் சிற்பங்களோடு கூடிய ஒரு பெரிய கல்லைக்காண நேர்ந்தது. ஆய்வு செய்ததில், இக்கல், தொல்லியல் சின்னங்களில் ஒன்றான நடுக்ல் வகையைச் சேர்ந்தது எனத்தெரிந்தது. கட்டுமானப்பொருள்களுக்கிடையில் மண்படிந்த நிலையில் தரையில் கிடந்த இந்நடுகல் கழுவித் தூய்மைப்படுத்தப்பட்டு ஆய்வு செய்யப்பட்டது.

நடுகற்கள் என்பவை சண்டையில் இறந்துபட்ட வீரர்களுக்கு நினைவுச்சின்னமாக எழுப்பப்படும் கற்களாகும். சண்டை, போருடன் தொடர்புகொண்டதாகவோ அல்லது, கால் நடைகளைக் கவரும்/மீட்கும் பூசல் தொடர்பாகவோ அல்லது கால்நடைகளைக் காக்கும் காவல் பணியின்போது கால்நடைகளைக் கொல்லவரும் புலியுடன் நிகழும் சண்டையாகவோ அமையும்.

புலியுடன் சண்டையிடும் வீரனின் சிற்பம் பொறிக்கப்பட்ட நடுகல் புலிகுத்திக்கல் என கொங்குப்பகுதியில் வழங்கப்படுகிறது. மற்றவை வீரக்கல் (Hero Stone) எனப்படும். வீரக்கற்களில் வீரனின் உருவம் பொறிக்கப்பட்ட ஒரு பகுதியை மட்டும் கொண்ட கற்கள் ஒருவகை. வீரனின் உருவம் மற்றும் அவன் மனைவி போன்றவரின் சிற்பங்கள் அடங்கிய ஒன்றுக்கு மேற்பட்ட பகுதிகளைக் கொண்ட கற்கள் இன்னொருவகை. இரண்டாம் வகைக் கற்கள் அடுக்கு நிலை நடுகற்கள் எனப்படும். சேவூரில் இருப்பது அடுக்கு நிலை நடுகல் வகையைச் சேர்ந்ததாகும். இது மூன்றடுக்கு நடுகல் ஆகும்.

இந்த நடுகல் சற்றொப்ப ஐந்து அடி உயரமும், மூன்றடி அகலமும் கொண்ட தடித்த ஒரு பாறைக்கல்லில் வடிக்கப்பட்டுள்ளது. ஐந்தடி உயரத்தில் மூன்றரை அடி உயரத்துக்குச் சிற்பங்கள் செதுக்கப்பட்டும் மீதி ஒன்ர்றரை அடி உயரம் நிலத்தின் கீழ் நட்டு நிறுத்துவதற்கேற்றவாறும் வடிவமைக்கப்பட்டுள்ளது. நடுகல் மூன்று பிரிவுகளாகப் பிரிக்கப்பட்டு உருவங்கள் புடைப்புச் சிற்பங்களாகச் செதுக்கப்பட்டுள்ளன. காலமாறுதல்களால் ஏற்பட்ட தேய்மானத்தால் புடைப்புருவங்கள் அவற்றின் நுணுக்க வடிவத்தை இழந்து மழுங்கிக் காணப்படுகின்றன. முதல் பிரிவில் வீரன் ஒருவன் நாணேற்றிய வில்லைக் கையில் பிடித்துப்போரிடும் நிலையில் காணப்படுகிறான். வில்லுக்கு மிக அருகில் புடைப்பு மட்டுமே காணப்படுகின்றது. உருவம் முற்றாகச் சிதைந்துள்ளது. எதிரி வீரனுடன் சண்டையிடுவதாகக் கொள்ளலாம். வீரனின் இடப்புறத்தலைப்பகுதியில் கொண்டை முடி உள்ளது. இடைப்பகுதியில் ஆடைக்கச்சு உள்ளது. வீரனின் இன்னொருபுறத்தில் அவன் மனைவி என்று கருதும்படியான ஒரு பெண்ணுருவம் காணப்படுகிறது. பெண்ணின் தலையிலும் கொண்டை உள்ளது. ஆனால் கொண்டை தலையின் வலப்புறம் உள்ளது. கணுக்கால் வரை ஆடை உள்ளது.

இரண்டாம் அடுக்கில், நான்கு உருவங்கள் காணப்படுகின்றன. முதல் அடுக்கில் கண்ட ஆணின் கொண்டை மற்றும் பெண்ணின் கொண்டை ஆகியவற்றின் அடிப்படையிலேயே இரண்டாம் அடுக்கிலும் தலைக்கொண்டைகள் காணப்படுகின்றன. அத்துடன் ஆடைப்பகுதியின் அடிப்படையிலும் நோக்கும்போது, மூன்று பெண்களும், ஓர் ஆணும் காணப்படுவது தெளிவு.

மூன்றாம் அடுக்கில், வீரன் சிவலிங்கத்தை வழிபடுவது போன்ற தோற்றம். ஒரு நந்திச்சிற்பமும் காணப்படுகிறது. மேலும் கை கூப்பிய நிலையில் இரு பெண்ணுருவங்கள். அக்டோபர்,2010-ஆம் ஆண்டு தொல்லியல் துறையினரால் வெளியிடப்பட்ட ”கல்வெட்டு காலாண்டிதழி”ல் சத்தியமங்கலம் வட்டத்தில் உள்ள கடம்பூரில் இருக்கும் மூன்றடுக்கு நடுகல் பற்றிய செய்தியை அடிப்படையாகக்

கொண்டு நோக்கும்போது, சேவூரின் மூன்றடுக்கு நடுகல் தெரியப்படுத்தும் கருத்தாவது : வீரன் சண்டையின்போது இறந்து படுகிறான். அவன் மனைவி அவனோடு உடன்கட்டை ஏறுதல் முறையில் உயிர் நீக்கின்றாள். அவளையும் வீரனையும் சுவர்க்கம் என்னும் மேலுலகத்துக்குத் தேவமகளிர் அழைத்துச்செல்கின்றனர். வீரசுவர்க்கம் (சிவலோகம்) சென்ற வீரன் சிவலிங்கத்தை வழிபடுகிறான்.

இத்தகைய அடுக்குநிலை நடுகற்கள் கோவைப்பகுதியில் மிகக் குறைவாகவே கிடைப்பதை நோக்கும்போது இந்த நடுகல் அரியதொன்று எனலாம். பண்டைய வரலாறு மற்றும் வாழ்க்கைமுறை ஆகியவற்றை எடுத்துச்சொல்லும் இது போன்ற தொன்மைச் சின்னங்களைப் பாதுகாக்கவேண்டும். காவல் நிலையத்திலேயே மேடை ஒன்றைக்கட்டி இந்த நடுகல்லை முறையாகப் பதித்து, நடுகல் கூறும் செய்தியை ஒரு அறிவிப்புப் பலகைவழி மக்கள் காணுமாறு செய்தால் இந்தத் தொன்மைச் சின்னம் இன்னும் பலகாலம் அழியாது நிற்கும்.

இந்த நடுகல்லின் காலம் கி.பி. 13 அல்லது 14-ஆம் நூற்றாண்டாக இருக்கலாம்.

சாமிக்கல் என்னும் கை வெட்டுப்பட்டான் கல்

“தினமலர்” நாளிதழின் திருப்பூர்ப் பகுதிச் செய்தியாளர் மகேஷ் அவர்கள் தாம் பார்த்திருந்த ஒரு நடுகல் சிற்பத்தைப்பற்றித் தந்த தகவலின்படி, சேவூரில் புளியம்பட்டிச் சாலையில் ஒழுங்குமுறை விற்பனைக்கூடத்துக்கு அருகில் சாலையோரம் ஒரு நடுகல் சிற்பம் இருந்தது. இது 13.4.2014-இல் வைக்கப்பட்ட நடுகல். கருங்கல்லில் நேர்த்தியாகச் செதுக்கப்பட்ட சிற்பத்துடன் கூடிய நெடிய பலகைக் கல். சந்திரன் மற்றும் சூரியன் ஆகியவற்றின் உருவங்கள் கல்லின் உச்சிப்பகுதியில் செதுக்கப்பட்டு, அதன் கீழ்ப்புறம் இரு பெண்கள் மலர்கொண்டு பூசிக்கும் தோற்றத்தில் ஒரு சிவலிங்கமும் அதன் கீழாக உயர்த்திய நிலையில் ஒரு கையும் செதுக்கப்பட்டிருந்தன. அங்குள்ள மக்களிடம் இந்த நடுகல்லைப்பற்றிக்கேட்டபோது, அவர்கள் சொன்னதாவது:

இந்த நடுகல்லில் காணப்படுவதுபோலவே அமைந்த பழங்கால நடுகல் சாலையோரம் இருந்தது. சரக்குந்து ஊர்தியொன்றால் அது தாக்குண்டு உடைந்து போனது. உடைந்த துண்டுகளை ஆற்றில் எறிந்துவிட்டனர். பழமையான நடுகல் திப்புசுல்தான் காலத்ததாகும். வீரன் ஒருவன் கை வெட்டுப்பட்ட நிலையில் இறந்துபடுகிறான். அவன் நினைவாக, கையை மட்டும் முன்னிலைப்படுத்தி எழுப்பப்பட்ட நடுகல். பழங்கல்லில் இருந்தவாறே உருவங்களை அமைத்து, தற்போது இக்கல் எழுப்பப்பட்டுள்ளது. மக்கள் சாமிக்கல் என்று அழைத்து வழிபடுகின்றனர். பழங்கல் பாதுகாக்கப்படவில்லையே என்னும் வருத்தம் தோன்றினாலும் அதன் நினைவைக் காக்கின்ற முயற்சியாகப் புதியதொரு கல்லையாவது பழமையின் கருத்து மறையாமல் இருக்கும் வண்ணம் நாட்டியுள்ளனர் என்பது ஆறுதல் தருகிறது. பழங்கல்லின் காலம் கி.பி. 18-ஆம் நூற்றாண்டு ஆகும்.

- வியாழன், 15 அக்டோபர், 2015

18. குருவித்துறை – கோவில் கல்வெட்டுகள்

அண்மையில் இணையத்தில் அன்பர் ஒருவர் குருவித்துறைக் கோவில் கல்வெட்டுப்படங்களைப் பகிர்ந்துகொண்டார். அவற்றைப்படித்துப் பார்த்தபோது கல்வெட்டு வரிகள் மூலம் தெரியவந்த சில செய்திகளையும் அவற்றோடு தொடர்புடைய சில செய்திகளையும் இங்கே பகிர்ந்துகொள்கிறேன். இரண்டு தூண் கல்வெட்டுகள் படிக்கப்பட்டன.

முதல் தூண் கல்வெட்டின் பாடம்:

1 சோழ குலாந்தகச்ச
2 (துர்வேதி) மங்கலத்(தி)ல் இ
3 ன்னாயனார் சிவநாமத்தா
4 ல் அனுபவித்து வருகிற
5 பாடகம் இருபதாலுள்ள
6 பாடிகாவல் ஸ்ரீ ஸுந்தர பா
7 ண்டிய தேவற்கு யாண்டு
8 20 ஆவது முதல் இன்னா
9 யனாற்கு அமுதுபடியாக
10 க்குடுத்தோம் இவ்வோ

குறிப்பு : வரி 6-இல் உள்ள "ஸ்ரீ ஸூந்த" என்பது கிரந்த எழுத்துகளால் ஆனது.

இரண்டாம் தூண் கல்வெட்டின் பாடம்:

தென்னவன் மூவே
ந்த வேளா(ந்) எழுத்
து இந்த சிலா
லே(கை) பண்ணி
னேந் இந்நாயனார்
கோயில் தச்சாசாரி
யன் (சீயன்) சிவலவ
னான பாகனூர் கூற்ற
த்து ஆசாரியன் எழு
த்து இந்த சிலா(லே)

குறிப்பு : வரிகள் 3,4,10-இல் உள்ள "சிலாலேகை" என்பது கிரந்த எழுத்துகளால் ஆனது.

முதல் கல்வெட்டு மூலம் பெறப்படும் செய்திகள்:

சோழகுலாந்தகச் சதுர்வேதி மங்கலம் – தற்போதைய சோழவந்தான் ஊரின் பழம்பெயர். சோழவந்தான் பண்டு சதுர்வேதி மங்கலமாக (பிராமணர்குடியேற்றம்) இருந்தது. சதுர்வேதிமங்கலங்கள் உருவாக்கப்படும்போது அரசன் ஒருவனின் பேராலே அமைக்கப்படுவது வழக்கமாக இருந்துள்ளது. அவ்வகையில் இவ்வூரும் "சோழகுலாந்தகன்" என்னும் அரசனின் சிறப்புப் பெயராலே அமைந்துள்ளது. சோழகுலாந்தகன் என்னும் சிறப்புப் பெயர் எந்த அரசனின் பெயர் என்னும் கேள்வி எழுகிறது. பாண்டியன் இரண்டாம் வரகுணனின் தம்பியான சடையவர்மன் பராந்தக பாண்டியனின் பேரனான வீரபாண்டியன் என்னும் அரசனின் சிறப்புப் பெயரே சோழகுலாந்தகன். அதாவது சோழகுலத்துக்குக் காலன். இவன் கி.பி. 946 முதல் கி.பி. 966 வரை ஆட்சி செய்தவன். இவனைப்பற்றி டாக்டர் கே.கே.பிள்ளை தம் "தமிழக வரலாறு-மக்களும் பண்பாடும்" என்னும் நூலில் கீழ்வருமாறு குறிப்பிடுகிறார்.

"இராசசிம்மன் மகன் வீரபாண்டியன் பாண்டி நாட்டுக்கு ஏற்றம் புரிந்தவர்களுள் ஒருவனாவான். பராந்தக சோழன் ஆட்சியில் சோழப்பேரரசின் ஆட்சிக்குட்பட்டிருந்த பாண்டி நாட்டுப்பகுதிகளை அவன் மீட்டுக்கொண்டான். அவன் 'சோழன் தலைகொண்ட கோவீரபாண்டியன்' என்று

தன்னைப்பாராட்டிக்கொண்டுள்ளான். அவன் கொண்டது சோழ இளவரசர்களுள் ஒருவனது தலையே போலும். முதலாம் இராசராசனின் தமையனாகிய ஆதித்த கரிகாலன் வீரபாண்டியனை வென்று அவன் முடியைக்கொண்டிருக்கவேண்டும் என்று சோழர்களின் கல்வெட்டுகளிலிருந்து விளங்குகிறது. வீரபாண்டியன் கி.பி.966-இல் போரில் உயிர் துறந்தான்."

மேற்படி சதுர்வேதிமங்கலத்து நாயனார் (இறைவன்) பெயரில் உள்ள இருபது பாடகம் அளவுள்ள நிலத்தின் விளைவிலிருந்து பெறப்படும் வரிவருமானம் பாடிகாவல் செலவினங்களுக்குத் தற்போது பயன்பட்டு வருகிறது. அவ்வருமானம் ஸ்ரீ சுந்தரபாண்டிய தேவரின் இருபதாவது ஆட்சியாண்டிலிருந்து இக்கோயில் இறைவற்கு அமுதுபடிச் செலவினங்களுக்குப் பயன்படுத்தப்படவேண்டும் எனக் கல்வெட்டு ஆணை கூறுகிறது.

பாடகம் – ஒரு நில அளவு.

பாடிகாவல் – ஊர், நாடு முதலியவற்றைக் காத்தல்; அதன்பொருட்டுத் தண்டும் வரி.

அமுதுபடி – படையல் சோறு (நைவேத்தியம்?)

முன்னர் நான் எழுதிய குறிப்பில் இக்கல்வெட்டு அரசனின் நேரடி ஆணையைக் குறிப்பதாகச் சொல்லியிருந்தேன். அது தவறான குறிப்பு. சதுர்வேதிமங்கலத்துச் சபையார் பாடிகாவல் வருமானத்தை அமுதுபடிச் செலவினங்களுக்கு மாற்றிக்கொடுத்ததைக் கல்வெட்டு தெரிவிக்கிறது.

கல்வெட்டு, சுந்தரபாண்டியன் என்னும் அரசனின் இருபதாம் ஆட்சியாண்டுக் காலத்தது. மாறவர்மன் சுந்தரபாண்டியன் மற்றும் சடையவர்மன் சுந்தரபாண்டியன் என இரு அரசர்கள் சிறப்பானவர்கள் உளர். அவர்களுள் முதலாமவன் கி.பி. 1219 முதல் கி.பி. 1239 வரை ஆட்சியிலிருந்தவன். இரண்டாமவன் கி.பி. 1251 முதல் கி.பி. 1268 வரை ஆட்சியிலிருந்தவன். கல்வெட்டு இருபதாம் ஆட்சியாண்டைக்குறிப்பதால் கல்வெட்டு மாறவர்மன் சுந்தரபாண்டியனின் ஆட்சிக்காலத்தைச் சேர்ந்தது என்பது பெறப்படுகிறது. எனவே, கல்வெட்டு கி.பி. 1239-ஆம் ஆண்டைச் சேர்ந்தது எனக்கொள்ளலாம்.

இரண்டாம் கல்வெட்டு மூலம் பெறப்படும் செய்திகள்:

இக்கல்வெட்டு முதல் கல்வெட்டின் இறுதிப்பகுதியா எனத்தெரியவில்லை.வேறொருகல்வெட்டின்இறுதிப்பகுதியாகவும் இருக்கக்கூடும். எவ்வாறெனினும், இக்கல்வெட்டு வரிகள், ஒரு

கல்வெட்டின் இறுதிப்பகுதியைச் சேர்ந்தன. கல்வெட்டின் முடிவில் அரச ஆணையைத் தெரிவித்துச் சான்றுக் கையெழுத்து (கையொப்பம்) இடுபவர்களின் பெயர்கள் விளக்கமாகக் குறிப்பிடப்பெறும். அவ்வாறே, இக்கல்வெட்டிலும் சான்றுக் கையெழுத்திட்டவர்களின் பெயர்கள் காணப்படுகின்றன.

1. தென்னவன் மூவேந்த வேளான் எழுத்து - அரச அலுவலர்களில் உயர்ந்த பதவி வகித்தவர்களின் பட்டங்களில் “மூவேந்த” என்னும் முன்னொட்டுபெயர் வருவதுண்டு. அவ்வகையில் வேளான் ஒருவரின் பெயர் இது. தென்னவன் என்பது பாண்டியனைக் குறிக்கும் முன்னொட்டு.

2. கோயில் தச்சாசாரியன் சிவலவன் எழுத்து - தச்சாசாரியன் என்பவர் தற்காலத்து வழக்கிலுள்ளதுபோல் மரவேலை செய்கின்ற தச்சர் அல்லர். இவர் கல்தச்சர். அதாவது சிற்பி (ஸ்தபதி). கோயிலில் காணி உரிமை பெற்ற தச்சராயிருக்கவேண்டும். சான்றுக் கையெழுத்திட்டதோடு, இக்கல்வெட்டைப் பொறித்தவரும் இவரே. இவர் பாகனூர் கூற்றத்தைச் சேர்ந்தவர். (சோழ நாடு கூற்றங்கள் என்னும் பல நிருவாகப்பிரிவுகளைக் கொண்டிருந்தது என்பது நாம் அறிந்த ஒன்று.) இவர் பெயர் சிவலவன் என்பது. ஸ்ரீவல்லபன் என்னும் இப்பெயர் தமிழ்ப்படுத்தப்பெற்று ஸ்ரீ>சீ , வல்லபன் > வல்லவன் > வலவன் என மருவியது. (நா.கணேசன் அவர்கள், கேரளத்தில் கண்டுபிடிக்கப்பட்ட தமிழிக் கல்வெட்டு குறித்து “ஸ்ரீ பழமி” என்பது ”சீ பழமி” என எழுதப்பட்டுள்ளது என நிறுவியுள்ளதை நினைவு கூர்க.)

3. சிலாலேகை – சிலா=கல் லேகா (லேகை) = ரேகா, ரேகை, கோடு, எழுத்து. (Graph).

ஆசிரியரின் நன்றி : செய்திகள் தந்துதவிய தொல்லியல் துறை அறிஞர் முனைவர் சொ.சாந்தலிங்கம் அவர்களுக்கு.

- வெள்ளி, 4 டிசம்பர், 2015

19. கோவை – சில நடுகல் சிற்பங்கள்

1. சோமனூர்-இச்சிப்பட்டி நடுகல்

கோவை, சோமனூருக்கு அருகில் இச்சிப்பட்டி சிற்றூரில் சாலையோரம் வீரன் ஒருவனுக்கு எடுக்கப்பட்ட நடுகல் காணப்படுகிறது. சாலையோரத்தில் உள்ள ஒரு மரத்தடியில் இருக்கும் இந்த நடுகல் சிற்பம் ஒரு புடைப்புச் சிற்பமாகும். இச்சிற்ப அமைப்பில் காணப்படும் சிறப்பு, திருவாச்சி அமைப்பாகும். திருவாச்சி, கொடி வேலைப்பாடுடன் அமைந்துள்ளது. வீரன், தலையின் வலப்புறத்தில் கொண்டையோடு காணப்படுகிறான். வலக்கையில் நீண்ட வாளும், இடக்கையில் குறுவாளும் ஏந்தியிருக்கிறான். செவிகள், கழுத்து, முன்கைகள், தோள்கள் ஆகியவற்றில் அணிகலன்கள் காணப்படுகின்றன. முழங்கால்வரை ஆடை உள்ளது. இடைப்பகுதியில் ஆடைக்கச்சுகள் பெரிதாகக் காணப்படுகின்றன. சிற்பத்தின் கீழ்ப்பகுதியில் பீடஅமைப்பில் பலகைக் கற்களைப் பரப்பி, அவற்றின்மீது அகல்விளக்குகளை ஏற்றி மக்கள் வழிபடுகின்றனர். நாயக்கர் காலச் சிற்ப அமைப்பாகலாம்.

2. கோவை-வடசித்தூர் நடுகல்

கோவைப்பகுதியில் கிணத்துக்கடவு மற்றும் நெகமம் ஆகிய இரு ஊர்களுக்கும் அருகே அமைந்துள்ள ஒரு சிற்றூர் வடசித்தூர். வடசித்தூரின் எல்லையில் சோழியாத்தா கோவிலுக்குப் போகும்

வழியில் கோணக்காடு என்னும் இடத்தில் கி.பி. 15-16-ஆம் நூற்றாண்டைச் சேர்ந்த நடுகல் சிற்பம் ஒன்று காணப்படுகிறது. வீரன் ஒருவனின் உருவமும், அவனது இரு புறங்களிலும் இரு பெண்களின் உருவங்களும் புடைப்புச் சிற்பமாக ஒரு பாறைக்கல்லில் மிக நேர்த்தியாக வடிக்கப்பட்டுள்ளது. பெண்கள் இருவரும் அவன் மனைவியர் எனக்கருதலாம். மூன்று உருவங்களும் பீடங்களோடு அமைக்கப்பட்டுள்ளன. வீரன் பெரிய மீசையுடன் ஒரு கையில் ஊன்றிய வாளும் மற்றொன்றில் கேடயம் போன்ற ஆயுதமும் ஏந்திய நிலையில் காணப்படுகிறான். வீரனின் இடைக்கச்சில் குறு வாள் உள்ளது. இரு பெண்களும் கைகளைக் கூப்பி வணங்கும் நிலையில் இருக்கிறார்கள். மூவருக்கும் தலையில் கொண்டை உள்ளது. வீரன் இடுப்பு ஆடையுடனும், பெண்கள் கணுக்கால் வரை ஆடையுடனும் காணப்படுகின்றனர். மூவருக்குமே, செவிகள், கழுத்து, கைகள் ஆகிய உறுப்புகளில் அணிகள் உள்ளன. பெண்களின் இரு புறமும் இரண்டு குடுவைகள் செதுக்கப்பட்டுள்ளன. நடுகல் சிற்பம் ஒரு மேடையில் நிறுத்தப்பெற்று மக்களால் வணங்கப்படுகிறது.

3. கிணத்துக்கடவு-கோதவாடி புலிகுத்திக்கல்

கோவை மாவட்டம் கிணத்துக்கடவு வட்டத்தில் உள்ள ஒரு சிற்றூர் கோதவாடி. இங்கே, மாலக்கோயில் என்று ஒரு கோயில் உள்ளது. இக்கோயில், "ஆல் கொண்ட திருமால் கோயில்" என்னும் பெயரோடு விளங்கும் ஒரு கிருஷ்ணன் கோயிலாகும். இக்கோயிலின் வெளிப்புறம் அமைந்த வளாகத்தில் ஒரு புலிகுத்திக்கல் இருக்கிறது. இது கால்நடை வளர்ப்பு மேலோங்கியிருந்த காலச் சூழலில் இறந்துபட்ட காவல் வீரனுக்கு எடுக்கப்பட்ட நடுகல்லாகும். வீரன் ஒருவன் புலியின் வாய்ப்பகுதியில் தன் நீண்ட வாளைப் பாய்ச்சிக்கொண்டிருப்பதுபோல வடிக்கப்பட்ட புடைப்புச் சிற்பம். புலி தன் பின்னங்கால்களைத் தரையில் ஊன்றியவாறு

முன்னங்கால்களால் வீரனைத் தாக்குவது போன்ற தோற்றம். வழக்கமாக இது போன்ற புலிகுத்திக்கல் சிற்பங்களில் வீரன் தன் வாளைப் புலியின் நெஞ்சில் பாய்ச்சியவாறு இருப்பதைக் காணலாம். இங்கே சற்று மாறுபட்டுப் புலியின் வாய்க்குள் வாள் பாய்ச்சுவதுபோல் அமைந்துள்ளது. கி.பி. 16-17-ஆம் நூற்றாண்டைச் சேர்ந்த நாயக்கர் காலச் சூழலில் இந்நடுகல் சிற்பம் அமைந்துள்ளது. ஊரார் இப்புலிகுத்திக்கல்லை "நரி கடிச்ச இராமய்ய கவுண்டர் கல்" என அழைக்கின்றனர். சில இடங்களில் புலிகுத்திக்கல்லில் இருக்கும் புலியின் உருவத்தை மக்கள் நரியெனக் கொள்வதால் ஏற்படுகிற பெயர் மயக்கம்..

4. கிணத்துக்கடவு-பெரியகளந்தை கல்திட்டை

கோவை மாவட்டம் கிணத்துக்கடவு வட்டத்தில், கிணத்துக்கடவுக்கருகில் அமைந்துள்ள ஊர் பெரியகளந்தை. இங்கு ஆதீசுவரர் கோயில் என்னும் சிவன் கோயில் உள்ளது. இக்கோயிலுக்கு அண்மையிலேயே தொல்லியல் சின்னமான கல்திட்டை ஒன்று காணப்படுகிறது. வீடு போன்ற அமைப்பில் மூன்று புறமும் மேல்பகுதியிலும் பலகைக்கற்களால் மூடப்பட்ட தோற்றத்திலும், நான்காவது முகமாக முன்புறம் வாயில் போன்ற அமைப்பில் திறந்துள்ள தோற்றத்திலும், கட்டப்பட்ட இக்கல்திட்டை இரண்டாயிரம் ஆண்டுகளுக்கு முற்பட்டதாகலாம். இக்கல்திட்டையில், இடு துளை ஒன்றும் உள்ளது. இக்கல்திட்டையில் காணப்பெறும் ஒரு சிறப்பு என்னவெனில், பிற்காலத்தினர், கல்திட்டையின் அறை போன்ற பரப்பில் புலியைக் கொன்ற வீரன் ஒருவனுக்கு எடுக்கப்பட்ட நடுகல் சிற்பங்களை அமைத்துள்ளனர். இரண்டு சிற்பங்கள் காணப்படுகின்றன. முதல் சிற்பத்தில் வீரன் ஒருவன், குதிரையுடன் இருப்பதாகக் காட்சி. இரண்டாவது சிற்பத்தில் பாய்ந்து தாக்குகின்ற நிலையில்

காணப்படும் புலியின் உருவம். புலியோடு வீரன் போரிடும் வழக்கமான காட்சியில் அமையாது, வீரனும் புலியும் தனித்தனியே காட்டப்பட்டிருகிறார்கள்.

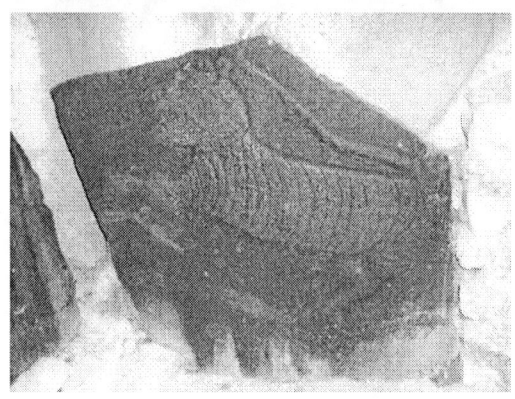

5. பெருமாநல்லூர் நடுகல்

கோவை-ஈரோடு நெடுஞ்சாலையில் உள்ள ஊர் பெருமாநல்லூர். இவ்வூருக்கருகில் பொங்குபாளையம் என்னும் சிற்றூர் அமைந்துள்ளது. இங்கு இடிந்த நிலையில் சதுர வடிவிலான அமைப்புடன் ஒரு சிறு கோயில் காணப்படுகிறது. நான்கு மூலைகளிலும் கல் பாறைத்தூண்கள். கூரைப்பகுதியில் மூடுகற்கள். கற்களைக்கொண்டு அமைக்கப்பட்ட ஒரு சிறிய நுழைவாயில். உள்ளே, பாறைக்கல் ஒன்றில் புடைப்புச் சிற்பமாக நடுகல் காணப்படுகிறது. ஒரு வீரனும் அவன் மனைவியுமாக அமைந்துள்ள சிற்பம். வீரன் தன் வலது கையில் வாள்

ஒன்றினை உயர்த்திப்பிடித்த தோற்றம். இடது கை அவனது தொடைப்பகுதியில் வைக்கப்பட்டுள்ளது. தலையில் நேர்முகமாக அமைந்த கொண்டை. மார்பில் அணிகளும், இடையில் ஆடைக்கச்சுகளும் உள்ளன. பெண்ணின் சிற்பத்தில் வலப்புறமாக அமைந்த கொண்டையும், இடைப்பகுதியில் ஆடை அமைப்பும் காணப்படுகின்றன. ஊரார் இதைக் "குப்பாத்தம்மன் கோயில்" எனப்பெயரிட்டு வணங்குகிறார்கள்.

- புதன், 16 டிசம்பர், 2015

20. இராசகேசரிப்பெருவழி நோக்கி ஒரு பயணம்

பகுதி 1

முன்னுரை

இன்றைய நாளில் தமிழகத்தில் போக்குவரத்துக்குப் பயன்படுகின்ற சாலைகள் பல நெடுஞ்சாலைகள் என்னும் பேராலமைந்துள்ளன. இவ்வகையான சாலைகள் சங்ககாலம் தொட்டுத் தமிழகத்தில் பயன்பாட்டில் இருந்துள்ளன. கொங்கு நாட்டிலும் அவ்வாறான பெருஞ்சாலைகள் பல இருந்துள்ளன. இந்த நெடுஞ்சாலைகளைப் பண்டைய நாளில் பெருவழி என்னும் பெயரால் வழங்கிவந்தனர். தமிழகத்தின் மிகப்பழமையான பெருவழி என்று அறியப்படும் "இராசகேசரிப்பெருவழி" கொங்கு நாட்டில் அமைந்திருந்தது கொங்கு நாட்டின் பழமைக்கும் பெருமைக்கும் சான்றாகும். இராசகேசரிப்பெருவழி இந்திய நாட்டிலேயே மிகப்பழமையான சாலை என்று தொல்லியலார் கருதுகின்றனர்.

தொல்லியல் பற்றியும், கல்வெட்டுகளைப் பற்றியும் அறிந்து வைத்திருப்பவர்களும், தொல்லியல் ஆர்வலர்களும், தொல்லியல் வகுப்பில் படிப்போரும் இராசகேசரிப்பெருவழியைப் பற்றி அறியாமல் இருக்கமாட்டார். அந்தப்பெருவழியையும் அங்குள்ள கல்வெட்டையும் ஒருமுறையேனும் காணும் வாய்ப்பு கிட்டாதா என எண்ணாமலும் இரார். ஆனால் வரலாற்றுச்சிறப்புப்பெற்ற அப்பெருவழியையும் கல்வெட்டையும் கண்டவர் எண்ணிக்கையில் குறைவாகவே இருப்பர். காரணம் அது கொங்கு நாட்டில் கோவைக்கருகே பாலக்காட்டுக் கணவாய்ப் பகுதியில் மலைகளுக்கு நடுவே அமைந்துள்ளதுதான். எளிதில் போய்வர இயலாது. Reserve Forest என்னும் பாதுகாக்கப்பட்ட காட்டுப்பகுதியில் அது அமைந்துள்ளது. வனத்துறையின் ஒப்புகையின்றிச் சென்றுவருதல் இயலாது. எனவே, தகுந்த முன்னேற்பாடும், பாதுகாப்பான வழித்துணையும் இன்றியமையாதவை. வனவிலங்குகளை எதிர்கொள்ளும் சூழ்நிலையும் நேரிடலாம். துணிவும் அச்சமும் இணைந்தே நம்மை அழைத்துச்செல்லும் பயணம் அது.

நடுவணரசுப் பணிநிறைவுக்குப் பின்னர் தொல்லியல் ஆர்வமும் கல்வெட்டறிவும் அமையப்பெற்றதால் இராசகேசரிப்பெருவழியைப் பார்க்கும் ஆவலும் விருப்பமும் கூடிக்கொண்டே சென்றதில் வியப்பேதுமில்லை. அத்தகைய பெருவழியைக் காண்பதற்கான ஒரு வாய்ப்பு அமைந்தது. கோவையில் இயங்கும் வாணவராயர் அறக்கட்டளை இராசகேசரிப்பெருவழியைக் காணச்செல்லும் ஒரு பயணத்தைத் திட்டமிட்டது. இப்பயணத்திட்டத்தை அறிவித்து, 14-06-2015 அன்று பயணம் மேற்கொள்வதென முடிவு செய்து நடைமுறைப்படுத்தியது.

இராசகேசரிப்பெருவழித் தொல்லியல் பயணத்தில் கலந்துகொள்ள நாற்பதுக்கும் மேற்பட்ட பேர் விருப்பம் தெரிவித்ததோடு பயண நாளன்று வாணவராயர் அறக்கட்டளையின் புரந்தரதாசர் கலையரங்கத்தில் கூடவும் செய்தனர். காலை பத்து மணியளவில் பயணம் தொடங்கியது. பயணத்திற்காக ஒரு பேருந்து ஏற்பாடு செய்யப்பட்டிருந்தது. இப்பயணத்தின் சிறப்பு என்னவெனில் இராசகேசரிப்பெருவழியைக் கண்டுபிடித்த தொல்லியல் அறிஞர் திரு பூங்குன்றன் அவர்களே இப்பயணத்தின் தலைமை ஏற்று, தொல்லியல் செய்திகளை வழங்கியமைதான். பயணவழியில் பேரூர் அமைந்துள்ளதால், பேரூர் பட்டீசுவரர் கோயிலுக்குள் நுழைந்து கல்வெட்டுகளை ஒரு முன்னோட்டப்பார்வையாகக் கண்டு செல்லலாம் என விழைந்தோம். அவ்வாறே, கோயிலுக்குள் சென்று நடராசர் பொன்னவையின் சுற்றாலையில் குழுமினோம். பூங்குன்றன் அவர்கள் பேரூர்க் கோயிலைப்பற்றிய சிறு முன்னுரை நல்கினார்.

பேரூர்க்கோயில்

பேரூர் தொன்மையான ஓர் ஊராகும். சங்க இலக்கியமான பதிற்றுப்பத்தில் பேரூரைப்பற்றிய குறிப்பு உண்டு. இரண்டாயிரத்து முன்னூறு ஆண்டுகளுக்கு முந்தைய பெருங்கற்காலச் சின்னமான முதுமக்கள் தாழிகள் இங்கு கண்டுபிடிக்கப்பட்டுள்ளன. தமிழகத்தில் மற்ற இடங்களில் கிடைத்த தாழிகளினின்றும் இவை மாறுபட்டவை. அரிதானவை. இத்தாழிகள் உட்புறத்தில் கருமை வண்ணமும் வெளிப்புறத்தில் சிவப்பு வண்ணமும் கொண்டவை. இங்கே தாழி என்பது ஓர் உள்ளுறைப்பொருளின் உருவகமாக விளங்குகிறது. மனிதனின் தோற்றம் பெண்ணின் கருவறையில் அமைவது போன்று அவனது இறப்பும் ஓர் அறைக்குள் காணப்படவேண்டும் என்னும் குறிப்புத்தோன்ற இறந்த உடல் தாழிக்குள் இடப்பட்டுப் புதைக்கப்பட்டது.

பாசுபதம்

பேரூர்ப்பகுதியில் சைவ சமயத்தின் தீவிரவாதப்பிரிவுகளில் ஒன்றான பாசுபதம் பரவியிருந்துள்ளது. இதற்குச் சான்றாக, பேரூர் அகழாய்வில் இலகுலீசர் சிற்பம் கண்டெடுக்கப்பட்டது. தற்போது அச்சிற்பம் கோவை அகழ்வைப்பகத்தில் காட்சியில் வைக்கப்பட்டுள்ளது. கோயிலுக்குச் சற்றுத்தொலைவில் இருக்கும் அன்னையர் எழுவர் (சப்தமாதர்) சிற்பத்தொகுதி பாசுபதச் சைவத்தோடு தொடர்புடையது. கோயில் கி.பி. 11-ஆம் நூற்றண்டில் கட்டப்பட்டதாகும். கி.பி. 12-ஆம் நூற்றாண்டில் பாண்டியர் மற்றும் சோழர் ஆட்சிக்குட்பட்டிருந்தாலும், சங்க காலத்திலிருந்தே கொங்குப்பகுதி நேரடி மன்னராட்சியில் இல்லாது, வேளிர் தலைவர்களாலும் ஊர்ச்சபைகளாலும் ஆளப்பட்டுவந்துள்ளது.

கோயிலின் நடராசர் பொன்னவை கி.பி. 14-ஆம் நூற்றாண்டில் மதுரை அழகாத்திரி நாயக்கரால் கட்டப்பட்டது. இங்குள்ள சிற்பங்கள் உலக அளவில் புகழ் பெற்றவை.

காஞ்சி ஆறும் தேவி சிறை அணையும்

பேரூர்க் கோயில் நொய்யலாற்றங்கரையில் அமைந்துள்ளது. இந்நொய்யலாறு சங்ககால நூலான பதிற்றுப்பத்தில் காஞ்சி ஆறு எனக்குறிப்பிடப்படுகிறது. காஞ்சிவாய்ப்பேரூரில் குன்றம் அனையதோர் விண்ணகரம் (வைணவக்கோயில்) எழுப்பப்பட்டதைப் பாண்டியர் செப்பேடு ஒன்று குறிப்பிடுகிறது. கோயிலின் வடப்புறச்சுவர்ப்பகுதியில் இருக்கும் ஒரு கல்வெட்டினைக் காட்டிய முனைவர் பூங்குன்றன் அவர்கள் அதன்

சிறப்புக் கூற்றினை விளக்கினார். கி.பி. 1224-ஆம் ஆண்டைச் சேர்ந்த இக்கல்வெட்டு கொங்குச்சோழன் வீரராசேந்திரனின் பதினேழாம் ஆட்சியாண்டுக்காலத்தது. பண்டைய நாளில் நீர் மேலாண்மை எத்துணைச் சிறப்பாக நடைபெற்றது என்பதற்கான சான்றாக இக்கல்வெட்டு திகழ்கிறது. நொய்யலாற்றின் குறுக்கே தேவிசிறை என்ற அணை கட்டப்பெற்றதைக் குறிப்பிடும் கல்வெட்டு, தேவிசிறையில் நீரைத் தேக்கும்போது ஏற்கெனவே இவ்வணைக்குக் கீழே அமைந்துள்ள கோளூர் அணை நிரம்பிய பின்னரே தேக்கவேண்டும் என்று அரசன் ஆணையிட்டதைச் சொல்லுகிறது. இதுபோன்ற நீர் மேலாண்மையை இன்றைய அரசுகள் கடைப்பிடித்தால் வேளாண்மை மேம்படுவதோடு நீரால் நிகழும் பூசல்கள் ஒடுங்கும்.

காட்டுக்குள் பயணம்

பேரூர்க்கோயிலிலிருந்து பயணம் தொடர்ந்தது. கோவைப்புதூரைக் கடந்து அறிவொளி நகர் என்னும் பகுதிவரைச் சென்று பேருந்தை நிறுத்திவிட்டு மேலே வனப்பகுதியை நோக்கி நடைப்பயணத்தை மேற்கொண்டோம். அறிவொளி நகரிலிருந்தே மலைப்பாங்கான மேட்டு நிலம் காணப்பட்டது. வனத்துறை அலுவலர் ஒருவர் உடன் வந்திருந்தார். வனம் பற்றிய சில செய்திகளைப் பகிர்ந்துகொண்டார். வனப்பகுதியில் என்னென்ன பொருள்களை எடுத்துப்போகக்கூடாது என்னும் குறிப்பைத் தந்ததோடு காட்டுப்பாதையில் ஓசை எழுப்பாமல் அமைதி காத்துச் செல்லவேண்டும் என அறிவுறுத்தினார். வனத்துள் யானையை எதிர்கொள்ளும் சூழல் எக்கணமும் நிகழக்கூடும் என்னும் இடர்ப்பாடு பற்றிய விழிப்புணர்வோடு முன்னே நடக்கலாம்; அச்சம் கொண்டவர் மேலே பயணத்தைத் தொடரவேண்டுவதில்லை என்று அவர் அறிவுறுத்தியும் அனைவரும் ஒருமித்துச் செல்ல முடிவெடுத்துப் பயணத்தைத் தொடர்ந்தோம். வழியில் யானையால் இடர்ப்பாடு நேர்ந்துவிடுமோ என்னும் அச்சம் மேலோங்கி நின்றாலும் வரலாற்றுக்காலப் பெருவழியையும் அரியதொரு கல்வெட்டையும் காணப்போகும் ஆவல் தந்த துணிவு எங்களை முன்னே நடத்திச்சென்றது. அதனாலேயே கட்டுரையின் தொடக்கத்தில் "துணிவும் அச்சமும் இணைந்தே நம்மை அழைத்துச்செல்லும் பயணம் அது." எனக் குறிப்பிட்டேன்.

பயணத்தின் தொடக்கத்தில் வெயிலின் தாக்கம் மிகுதியாக இல்லை. சிறிது தொலைவு பாதை புதர்களும் காட்டுச்செடி கொடிகளும் அடர்ந்திராமல் சற்றே வெளி நிலத்தோடு சென்றது. போகப்போக, பாதை ஒற்றையடிப்பாதையாகக்

குறுக்கம் பெற்றுச் செடிகொடிகளும் புதர்களும் இனம்தெரியாச் சிறுமரங்களும் கள்ளிச்செடிகளும் முள்செடிகளும் நெருங்கி, வனம் என்றால் எப்படியிருக்கும் என்பதை நமக்குணர்த்தியது. நமக்கு முன்னேயும், பக்கவாட்டிலும் ஆளுயரத்துக்கு நெருங்கி நிற்கும் மரப்புதர்களுக்கிடையில் விலங்குகள் எவையேனும் இருந்தால்கூடப் பார்வைக்குப்புலப்படா. இடையிடையே முள்செடிகளையும் முள் மரங்களின் கிளைகளையும் ஒதுக்கி ஒதுக்கிச் செல்லவேண்டிய சூழ்நிலை. அப்படியும் முள் நிறைந்த சிறு கிளைகள் நம்மைத் தீண்டிக் கீறல்களை விளைத்தன. பெண்டிர் சிலருக்குத் தம் சீலைகளை முள்ளிலிருந்து கிழியாவண்ணம் விலக்கி எடுத்துக்கொண்டே பயணப்படவேண்டிய நெருக்கடி ஏற்பட்டது. வெயிலும் சிறிது சிறிதாக எரிக்கத்தொடங்கியது.

பயணத்தின் தொடக்கத்தில் சிறிது தொலைவு சென்றதும் அகன்ற பாறைப்பகுதி தென்பட்டது. அதில் சிறிய குளம் போன்ற சுனை நீர்த் தேக்கம் இருந்தது. அல்லியை ஒத்த இலைகள் படர்ந்திருந்தன. பாறைப்பரப்பில் ஓரிடத்தில் ஆட்டுரல்போலக் கற்குழி வெட்டப்பட்டிருந்தது. பண்டைய நாளில் பெருவழி பயன்பாட்டில் இருந்தபோது அரசகுலப்பயணிகளும் வணிக குலப்பயணிகளும் நீர்த்தேவைக்காக இங்கே ஓய்வெடுத்திருக்கலாம் என்றும் நெல் குத்தவோ மாவிடிக்கவோ கற்குழி பயன்பட்டிருக்கவேண்டும் என்றும் கருத்துகள் பரிமாறிக்கொண்டோம். அருகிலேயே சுமைதாங்கிக் கற்கள் சிதறிக்கிடந்தன. சில ஆண்டுகள் முன்புவரை இச்சுமைதாங்கிகற்கள் அவற்றின் முழுத்தோற்றத்துடன் அமைந்திருந்தன எனக்கூறினர். அடுத்து நாங்கள் எதிர்கொண்டது ஒரு சிறிய தடுப்பணை போன்ற தோற்றத்தில் ஒரு நீர் நிலை. செம்மண் கலந்து குழம்பிய நிலையில் காணப்பட்டது. விலங்குகள்

நீர் பருக வரும் இடம் என்று சொன்னார்கள். யானையின் கால் தடங்களும் காணப்பட்டன. (ஒளிப்படத்தைப்பார்க்க) ஒரு வரலாற்று ஆய்வாளர் சிறுத்தையின் கால் தடத்தை ஒளிப்படம் எடுத்திருந்தார். சிறுத்தையின் கால் நகப்பகுதி கூர்மையாக மண்ணில் பதிந்திருந்தது நன்கு புலப்பட்டது. எங்கள் அச்சம் இதனால் கூடியது. மேலே தொடர்ந்த பயணத்தின்போது வெயிலும் கூடியது.

அண்மையில், கோடைக்காலமாயினும் கோவைப்பகுதியில் நல்ல மழைப்பொழிவு இருந்த காரணத்தால் மலைச்சரிவுகள் பசுமையான தோற்றம் பெற்றிருந்தன. நாங்கள் நடந்து சென்ற பாதை முழுதும் பசுமையான செடிகளும் புதர்களும் அடர்ந்து பாதையை மறைத்தன. பல இடங்களில் செடிகளுக்கிடையில் குனிந்து நடக்கவேண்டியிருந்தது. முன்பே கூறியவாறு முட்களால் இன்னல். ஒருவாறு ஓரிரு மணி நேரம் நடந்து பெருவழி அமைந்திருந்த பகுதிக்கு வந்து சேர்ந்தோம்.

பெருவழிக்கருகில்

இருபுறமும் மலைகள். சற்றே கரிய மேகங்கள் படர்ந்த வானம். அழகும் அமைதியும் ஒருசேர ஏற்படுத்திய தாக்கம். நேரில் மட்டுமே உணரலாம். எதிரே பெரும் பசுமைப்பரப்புக் கொண்ட பள்ளத்தாக்கு. அப்பள்ளத்தாக்கில் எட்டிமடை என்னும் ஊர்ப்பகுதி புலப்பட்டது.

நாங்கள் நின்றிருந்த இடம் பள்ளமாக ஓடிக்கொண்டிருந்த ஓடைப்பகுதியை ஒட்டிய ஒரு பரப்பு. சில இடங்களில் பாறைப்பரப்புடன் கூடிய நிலம். கடந்த காலங்களில் பெருவழிப்பாதை ஏறத்தாழ முப்பது அடி அகலத்தில் நன்கு புலப்பட்ட நிலையில் இருந்ததாகவும், பாதையின் இருபுறமும் கரை போல் பெருங்கற்கள் அடுக்கப்பெற்றிருந்ததாகவும் கூறினர். இப்பொழுதும் ஓரிரு இடங்களில் கற்கள் அடுக்கப்பட்ட தோற்றம் தெரிந்தது.

அடுத்து, பெரிய பாறையில் பொறிக்கப்பட்ட கல்வெட்டைத் தேடும் படலம் தொடங்கியது. நாங்கள் நின்றிருந்த பகுதிக்கு எதிரே ஓடைப்பள்ளத்தின் மறுபுற மலைச்சரிவின் ஏற்றப்பகுதியில் கல்வெட்டுப்பாறை புலப்பட்டிருக்கவேண்டும். ஆனால், எவ்வளவு தேடியும் பாறை புலப்படவில்லை. மழையால் முளைத்த பசுமை பாறையின் தோற்றத்தை மூடிவிட்டதுதான் காரணம். வெயிலும், நடைச்சோர்வும், பசியும் அனைவரையும் தளரவைத்த நிலையில் பகல் பொழுதும் கடந்துகொண்டே போனதால் திரும்பிப்போகும் முடிவெடுக்கப்பட்டது. பூங்குன்றன் அவர்கள்

பெருவழியைப்பற்றியும், பெருவழிக்கல்வெட்டைப்பற்றியும் பல செய்திகளை எடுத்துக்கூறினார்.

பெருவழிச் செய்திகள்

கொங்குப்பகுதியில் பல பெருவழிகள் இருந்துள்ளன எனப்பார்த்தோம். அசுரர் மலைப்பெருவழி, சோழமாதேவிப்பெருவழி, பிடாரிகோயில் பெருவழி, வீர நாராயணப்பெருவழி முதலிய பெருவழிகள் அவற்றில் சில. கொழுமத்திலிருந்து பழநி வரைச் சென்றது அசுரர் மலைப்பெருவழி. சோழமாதேவிப்பெருவழி கொழுமத்திலிருந்து சோழமாதேவி வரைச் சென்றது. வீரநாராயணப்பெருவழி ஆனைமலையிலிருந்து கொழுமம் வரைச் சென்றது. கருவூரிலிருந்து புகார் வரை சென்ற பெருவழி கொங்கப்பெருவழியாகும். இப்பெருவழியின் தொடர்ச்சியாக இராசகேசரிப்பெருவழி அமைந்திருக்கக்கூடும். பேரூரிலிருந்து பாலக்காட்டுக்கணவாய் வழியே மேற்குக்கடற்கரை வரை இப்பெருவழி சென்றதாகக் கொள்ளலாம். கருநாடகப்பகுதியில் கஜ்ஜல் ஹட்டிக் கணவாய் வழியே தாளவாடி என்னும் ஊரிலிருந்து தணாயக்கன் கோட்டை (தற்போதைய பவானிசாகர்) வரை ஒரு பெருவழி இருந்துள்ளது. பெருவழிகளில் எறிவீரர் என்னும் படைப்பிரிவினர் இருந்துள்ளனர். அவர்களுடைய பாதுகாப்பில் வணிகர்களும் மக்களும் சென்றுவந்தனர்.

இராசகேசரிப்பெருவழிக் கல்வெட்டு கண்டுபிடிக்கப்பட்ட நிகழ்வு எதிர்பாராது நிகழ்ந்த ஒன்று. 1976 –ஆம் ஆண்டு டிசம்பர் மாதம் 6-ஆம் தேதி இக்கல்வெட்டு கண்டுபிடிக்கப்பட்டது. கண்டுபிடித்துக் கல்வெட்டினைப் படித்து வெளிக்கொணர்ந்தவர் முனைவர் பூங்குன்றன் ஆவார். இவரோடு பயணம் சென்றவர் கல்வெட்டு அறிஞர் புலவர் இராசு ஆவார். புலவர் அவர்கள் அந்நாளில் தமிழாசிரியர். கோவை, சுண்டக்காமுத்தூரில் பட்டிமன்றம் ஒன்றில் கல்ந்துகொள்ள வந்த அவரிடம் அவ்வூரைச்சேர்ந்த இராமசாமி என்பவரும் அவரது உறவினர் கலைச்செல்வன் என்பவரும் புலவரைச்சந்தித்து கல்வெட்டு பற்றிச் சொல்லியிருக்கிறார்கள். புலவர் தொல்லியல் துறையில் இருந்த பூங்குன்றன் அவர்களை அழைத்துச் சென்று காட்டியுள்ளார். நாட்டிலேயே பழமை வாய்ந்த ஒரு பெருவழி பற்றிய கல்வெட்டினை அடையாளம் காட்டிய பெருமை இவர்களைச்சாரும். பெருவழியும் கல்வெட்டும் அமைந்த பகுதி சொரிமலை, அட்டமலை, திமில்மலை ஆகிய மூன்று மலைகளுக்கிடையே உள்ளது. கல்வெட்டு இருக்கும் இடம் தெக்கன் திட்டு எனவும் காற்றாடும் பாறை எனவும் வழங்கப்படுகிறது. இனி கல்வெட்டின் பாடத்தையும் அது வெளிப்படுத்தும் வரலாற்றுச் செய்திகளையும் காண்போம். கல்வெட்டின் ஒளிப்படத்தையும் பார்க்க.

கல்வெட்டுப்பாடம்:

திருநிழலு மன்னுயிருஞ் சிறந்தமைப்ப

ஒரு நிழல் வெண்டிங்கள் போலோங்கி – ஒரு நிழல்போல்

வாழியர் கோச்சோழன் வளங்காவிரி நாடன்

கோழியர் கோக்கண்டன் குலவு.

கல்வெட்டு இயற்கையாக அமைந்த ஒரு பெரிய பாறையின் மேற்பரப்பில் பொறிக்கப்பட்டுள்ளது. கல்வெட்டு கண்டுபிடிக்கப்பட்ட காலத்தில் எழுத்துகள் நன்கு புலப்பட்டதாகவும் காலப்போக்கில் எழுத்துகள் தேய்வுற்றதாகவும் காண்கிறோம். கல்வெட்டு இரண்டு பிரிவாகப்பிரிக்கப்பட்டு முதல் பிரிவில் பாடல் வடிவில் நான்கு வரிகளும் அடுத்த பிரிவில் ”இராசகேசரிப்பெருவழி” என்னும் ஒற்றைச் சொல்லும் பொறிக்கப்பெற்றுள்ளன. வரிகள் யாவும் கோடுகளுக்கிடையில் அமைந்துள்ளன. பாடல் வரிகள் வட்டெழுத்திலும் “இராசகேசரிப்பெருவழி” என்னும் ஒற்றைச்சொல் தமிழ் எழுத்திலும் பொறிக்கப்பட்டுள்ளன. கொங்கு நாட்டில், பாண்டிய நாட்டைப்போன்றே பொதுப்பயன்பாட்டில் வட்டெழுத்து

வழக்கில் இருந்துள்ளது. சோழ அரசின் ஆட்சியெழுத்தாகத் தமிழ் எழுத்து வழக்கில் இருந்தது. எனவே இரு எழுத்துகளும் ஒரு கல்வெட்டில் இடம்பெற்றன. ஒரு இராசகேசரி அரசன் ஏற்கெனவே இருந்த பெருவழியைப்புதுப்பித்துத் தன்புகழ் நிலைக்கவேண்டி "இராசகேசரிப்பெருவழி" என்று தன் பெயரை இட்டுத் தன்னைப்பற்றிய பாடலையும் பொறித்து வைத்துள்ளான். இந்த இராசகேசரிச் சோழன் யார் என்பது ஆய்வுக்குட்படுத்தப்பட்டபோது கண்டராதித்தன், முதலாம் இராசராசன் என இரு பெயர்கள் கருத்தில் கொள்ளப்பட்டன. ஆனால், கோக்கண்டன் என்னும் அடைமொழிச் சொல்லைக்கொண்டு சோழ அரசன் முதலாம் ஆதித்தன் என நிறுவப்பட்டுள்ளது. முதலாம் ஆதித்தனின் ஆட்சிக்காலம் கி.பி.871-907 ஆகும். எனவே, கல்வெட்டு ஆயிரம் ஆண்டுகளுக்கு முற்பட்டது என அறியலாம். 1976-ஆம் ஆண்டில் இக்கல்வெட்டைப்படித்த பூங்குன்றன் அவர்கள் இறுதி வரியில் இறுதிச்சொல்லை "கோ" எனப்படித்தார். பின்னர் 1998-ஆம் ஆண்டில் மீளாய்வு செய்து "குலவு" எனப்படித்தார். "குலவு" என்பது "புகழ்" என்று பொருள்தரும் சொல்லாகும். "இக்கல்வெட்டில் மூன்று முறை நிழல் என்ற சொல் பயின்றுவருகிறது. இங்கு பயன்படுத்தப்பெறும் நிழல் என்ற சொல்லின் பொருளை விளங்கிக்கொள்ள கேரள மாநிலச் செப்பேடுகள் மற்றும் கல்வெட்டுகள் ஆகியவற்றில் கிடைக்கும் சான்றுகளை அணுகவேண்டும். அந்த ஆவணங்களில் நிழல் என்ற சொல் நிழற்படை (Shadow Army) என்ற பொருளில் கூறப்பெறுகின்றது. அரசனைப் பாதுகாக்க இப்படை பயன்படுத்தப்பெற்றது. பெருவழிக் கல்வெட்டிலும் "நிழல்" என்ற சொல் (Shadow Army) என்ற பொருளில் வழங்கப்பெற்றிருக்கவேண்டும். நிழற்படை அரசனைமட்டும் பாதுகாக்கவில்லை. பெருவழியைக் கண்காணிக்கவும் செய்தது. மக்களோடு மக்களாக வீரர் என்று தெரியாவண்ணம் மறைந்து நின்று பெருவழியைக் கண்காணித்தனர் என்பதாகப் பூங்குன்றன் அவர்கள் கருத்துத் தெரிவித்தார்.

2002-ஆம் ஆண்டில் முனைவர் கருணானந்தம் (கோவைத் தொல்லியல் துறை அலுவலர்) கோவையிலிருந்து வெளிவந்த "கலைக்கதிர்" இதழில் இராசகேசரிப் பெருவழியைப்பற்றிய எழிலார்ந்த கட்டுரை ஒன்றை வழங்கியுள்ளார். வாய்ப்புக் கிடைத்தால் அக்கட்டுரையைப் படித்து மகிழலாம்.

இராசகேசரிப்பயணத்தின் இறுதிக்கட்டதில் உள்ளோம். பிற்பகல் மூன்று மணிக்கு மீண்டும் வனப்பாதையில் பயணம், ஊரை நோக்கி. இத்தொல்லியல் பயணத்தின் நோக்கம் முழுமையாக நிறைவேறாவிடினும், பெருவழிக்கருகுவரை சென்றதும்,

வனச்சூழலினூடே பயணம் செய்ததும் மறக்கவொண்ணா நிகழ்வு. நிறைவும் கூட. இராசகேசரிப்பெருவழிக் கல்வெட்டுப் பயணம் தொடரும், கல்வெட்டைக்காணும் வரை.

பின்குறிப்பு: பயணத்தின்போது, கருப்பும் சிவப்பும் கலந்த வண்ணத்தில் ஒரு காட்டுப்பூச்சியும், குன்றிமணிச்செடியும், சிவப்பு வண்ணத்தில் ஒரு காட்டுப்பழமும், பச்சை நிறத்தில் கடுக்காய்கள், மஞ்சள் நிறத்தில் ஒரு காட்டுப்பூங்கொத்து, முள்ளம்பன்றியின் உடலிலிருந்து விழுந்த ஒரு முள்ளும் காணக்கிடைத்தன. அவற்றின் ஒளிப்படங்களையும் இணைத்துள்ளேன்.

நன்றி : முனைவர் பூங்குன்றன்

வாணவராயர் அறக்கட்டளையினர்

துணை வந்த வனத்துறை அலுவலர் ஆகியோருக்கு.

துணை நின்ற நூல் மற்றும் கட்டுரை :

கோயம்புத்தூர் மாவட்டக் கல்வெட்டுகள் (தமிழ்நாடு அரசு தொல்லியல் துறை)

Meenakshisundaramwriter.blogspot.in

- புதன், 17 ஜூன், 2015

பகுதி 2

தமிழகத்தில் கல்வெட்டுகள்

தமிழகத்தில் ஆயிரக்கணக்கான கல்வெட்டுகள் தொல்லியல் துறையினரால் கண்டறியப்பட்டுப் பதிவு செய்யப்பட்டுள்ளன. இந்திய அளவில், தமிழகத்தில்தான் கல்வெட்டுகளின் எண்ணிக்கை மிகுதி. இக்கல்வெட்டுகளுள் குறிப்பிட்ட சில கல்வெட்டுகள் தனிச் சிறப்புப் பெற்றவையாக விளங்குகின்றன. தொல்லியல் துறையினரும் கல்வெட்டு அறிஞர்களும் இவற்றை மறவாது மிகச்சிறப்பான இடமளித்துப் போற்றுகின்றனர். காரணம், இவை அரிய வரலாற்றுப் பின்னணியைக்கொண்டுள்ளன என்பதுதான். வரலாற்று நிகழ்வுகளின் காலத்தைத் துல்லியமாகக் கணிக்கவோ அல்லது இதுவரை தெளிவாகாத வரலாற்றுச் செய்திகளைப் புலப்படுத்தவோ அல்லது அரிய வரலாற்றுண்மைகள் வெளிப்படவோ பயன்படுமாறு இவை அமைந்துள்ளன.

அரிய கல்வெட்டுகள் – சில எடுத்துக்காட்டுகள்

1) ஜம்பைக்கல்வெட்டு

அசோகனின் கல்வெட்டுகளுள் ஒன்றில் தமிழ்நாட்டுப் பெருவேந்தர்களான சேர, சோழ, பாண்டியர் பற்றிய குறிப்பு உள்ளது. அத்துடன், "சதிய புத" என்னும் பெயரில் ஓர் அரசன் பெயரும் காணப்படுகிறது. இவ்வரசன் யார் என்பது தெளிவாகத் தெரியாத நிலையில், பல்லாண்டுகள் கழிந்து, தொண்டை நாட்டில் ஜம்பை என்னும் ஊரில் கண்டுபிடிக்கப்பட்ட தமிழிக்கல்வெட்டு (பிராமிக்கல்வெட்டு) "சதிய புத" என்பவன் தகடூரை ஆண்ட "அதியமான்" என்னும் அரசனே என்று உறுதிப்படுத்தும் சான்றாக விளங்கியது.

2) உத்திரமேரூர்க் கல்வெட்டு

அகரம் என்னும் பிராமணர் ஊராகிய சதுர்வேதிமங்கலத்துப் பெருஞ்சபை ஊர் நிர்வாகம் செய்கின்றபோது குடவோலை மூலம் உறுப்பினர்களைத் தேர்ந்தெடுத்த செய்திகளை விரிவாக எடுத்துரைப்பது உத்திரமேரூர் கல்வெட்டு.

3) பூலாங்குறிச்சிக் கல்வெட்டு

புதுக்கோட்டைப்பகுதியில் உள்ள பூலாங்குறிச்சிக் கல்வெட்டு அரியதொரு கல்வெட்டாகும். இது, பாண்டியர் காலத்துக் கல்வெட்டாயினும், களப்பிரர் காலத்தில் ஊர் நிர்வாகம், அதிகாரிகள் தேர்ந்தெடுக்கப்பட்டமுறை ஆகியவை எவ்வாறிருந்தன என்பதை விரித்துச் சொல்லும் கல்வெட்டாகும். தமிழின் தொன்மை எழுத்தான பிராமி எழுத்து, வடிவ மாற்றம் பெற்று, வட்டெழுத்தாக உருவான கட்டத்தைச் சொல்லும் சான்றுக்கல்வெட்டு.

4) புகழியூர் (கரூர்) பிராமிக்கல்வெட்டு

புகழியூரில் ஆறுநாட்டார் மலையில் அமைந்த இயற்கைக் குகைத்தளத்தில் சமணப்படுக்கைகளுக்கிடையில் இருக்கும் இக்கல்வெட்டு, சங்க இலக்கியமான பதிற்றுப்பத்தின் 7,8,9 பத்துகளின் பாட்டுடைத்தலைவர்களான சேர மன்னர்கள் செல்வக்கடுங்கோ ஆழியாதன், பெருஞ்சேரல் இரும்பொறை, இளஞ்சேரல் இரும்பொறை ஆகிய மூவரை முறையே கோஆதன் செல்லிரும்பொறை, பெருங்கடுங்கோ, இளங்கடுங்கோ என அடையாளம் காட்டுகின்ற கல்வெட்டாகும்.

ஐவர்மலைக் கல்வெட்டு (உடுமலை)

இங்குள்ள கல்வெட்டுகளில் பாண்டிய அரசன் இரண்டாம் வரகுணனின் எட்டாம் ஆட்சியாண்டில் கி.பி.870-இல் வெட்டப்பட்ட கல்வெட்டைக்கொண்டு இவனது ஆட்சியின் தொடக்கம் கி.பி. 862 என்னும் காலக்கணிப்பு உறுதி செய்யப்படுகிறது.

இராசகேசரிப்பெருவழிக் கல்வெட்டும் ஓர் அரிய கல்வெட்டே

கோவைக்கருகில் மேற்குத்தொடர்ச்சி மலையில் கணவாய்ப்பகுதியில் அமைந்துள்ள இராசகேசரிப் பெருவழிக் கல்வெட்டும் ஓர் அரிய கல்வெட்டாகும். நாட்டிலேயே பழமை வாய்ந்த ஒரு பெருவழி இந்த இராசகேசரிப்பெருவழியாகும். இதன் சிறப்புகளும், கல்வெட்டு சொல்லுகின்ற செய்தியும் "இராசகேசரிப்பெருவழி – பகுதி ஒன்று" கட்டுரையில் விளக்கமாகச் சொல்லப்பட்டுள்ளன. மேலே குறிப்பிட்ட தமிழகக் கல்வெட்டுகளை நேரில் காண்பது பெரும்பாலும் எளிதாகவே இருக்கக்கூடும். ஆனால், இராசகேசரிப்பெருவழிக் கல்வெட்டை நேரில் சென்று பார்ப்பது அவ்வளவு எளிதான செயல் இல்லை.

மலைகள் சூழ்ந்த வனப்பகுதிக்குள் கல்வெட்டு இருப்பதுதான் காரணம். (17-06-2015 அன்று வெளியான கட்டுரையின் முதல் பகுதியைக்காண்க.)

இரண்டாவது முயற்சி

முதல் முயற்சியில் கல்வெட்டைக் காண இயலவில்லையாதலால் மற்றுமொரு வாய்ப்பு எப்போது எப்படிக் கிடைக்கும் என எண்ணிக்கொண்டிருந்த வேளை. (முதல் முயற்சி மேற்கொண்டது 2015-ஆம் ஆண்டு, ஜூன் மாதம்.) முதல் முயற்சிக்குப்பின்னர் ஏறத்தாழ ஒன்பது மாதங்கள் ஓடிவிட்டிருந்தன. காசிப்பயணத்தையும், "ஹஜ்" பயணத்தையும் இலக்காகக்கொண்டு சிலர் வாழ்வதைப்பார்க்கிறோம். அதுபோல, ஒருமுறையேனும் இராசகேசரிப்பெருவழிக் கல்வெட்டை நேரில் காணவேண்டும் என்ற பேரவா உள்ளத்தில் நீங்காமல் ஓடிக்கொண்டிருந்தது. எதிர்பாராமல் ஒரு நாள் இரண்டாவது முயற்சிக்கான வாய்ப்புக் கிட்டியது மிக மிக வியப்பான ஒரு நிகழ்வாகும். கல்வெட்டைக்காணும்வரை உறுதியில்லை. சென்ற முறை முயன்றபோது, கல்வெட்டைக்காணும் பயணம் கோவைப்புதூரை அடுத்துள்ள வனப்பகுதி வழியே நிகழ்ந்தது என எழுதியிருந்தேன். அப்பயணத்தில், பெருவழித்தடத்தின் ஒரு பகுதியை ஒருவாறு அணுகியிருந்தோம். அப்போது, நாங்கள் நின்றிருந்த மலைப்பகுதியின் உயரத்திலிருந்து கீழே எட்டிமடை என்னும் சிற்றூர் பார்வைக்குத்தெரிந்தது. தற்போது, எட்டிமடை என்னும் அந்த ஊர்தான் வாய்ப்பை நல்கியது. அண்மையில், அந்த ஊரில் ஒரு நண்பரைக் காணப்போயிருந்தபோது, எட்டிமடையை ஒட்டியுள்ள மலைப்பகுதியை நன்கறிந்த, அன்பரசு என்னும் பெயர் கொண்ட ஒருவரின் அறிமுகம் கிடைத்தது. அவரைச் சந்தித்துப் பேசியபோது, மறுநாளே மலைப்பகுதிக்குப் போகலாம் என்று முடிவாயிற்று.

மலைநிலம் அறிந்த நண்பர்

அன்பரசு, அப்பகுதியில் கால்நடை வளர்ப்பிலும், வேளாண்மையிலும் ஈடுபட்டுக்கொண்டிருப்பவர். இளமைப்பருவத்தில், அவரும் அவர் நண்பர்களும் அம்மலைப்பகுதியில் சுற்றாத இடமில்லை என்று அவர் கூறியபோது ஏற்பட்ட மலைப்பையும், வியப்பையும் தவிர்க்க இயலவில்லை. ஏனெனில், அப்பகுதியில் மூன்று மலைகள் இருப்பதாகச் சொன்னார். அட்டமலை, திமில் மலை, தேக்கந்திட்டு ஆகிய மூன்று மலைகள் ஒன்றையொன்று நெருங்கிச் சூழ்ந்திருந்தன. அட்டமலை வடபுறத்திலும், திமில்மலை தென்புறத்திலும்

இவற்றுக்கு நடுவே தேக்கந்திட்டும் உள்ளன. இவற்றில் திமில்மலை ஏன் அப்பெயர் பெற்றது என்பது அம்மலையைப் பார்த்தவுடனே ஒருவர் புரிந்துகொள்ளக்கூடும். அதன் உச்சி, ஒரு காளையின் திமிலைப்போலத் தோற்றமளித்தது. மூன்று மலைப்பகுதிகளிலும் வனத்துக்கிடையில் ஊடாடி உலவுதல் என்பது எளிதான செயலல்லவே. மண்ணின் மைந்தர்களாக, இயற்கையோடு ஒன்றி, இயற்கையைப்புரிந்து, இயல்பாகவே சுற்றுச்சூழல் பேணும் பழங்குடிகள் போல இவர்களும் தம்மை நிலைநிறுத்திக்கொண்டிருந்ததை உணர்ந்தோம். அன்பரசுவின் அந்த இரண்டு நண்பர்கள் இராமசாமி என்பவரும், குருவாயூரப்பன் என்பவரும் ஆவர். அவர்களுடைய உதவி இன்றி இந்தப்பயணம் வெற்றிபெற்றிருக்காது; கல்வெட்டைக்கண்டிருக்க வா்ய்ப்பே இல்லை.

அடுப்பெரிக்க எரிவாயு எல்லாருக்கும் கிடைக்கின்ற காலகட்டம் வரும் வரைக்கும், இம்மலைப்பகுதியில் கிடைத்துவந்த விறகுதான் கோவைப்பகுதி முழுவதற்கும் எரிபொருள் தேவையைப் போக்கியது என அன்பரசு சொன்னார். விறகு தேடி ஆணும் பெண்ணுமாகப் பலர் இந்த வனப்பகுதிக்குள் திரிந்துள்ளனர். 1976-ஆம் ஆண்டில்தான் பெருவழிக்கல்வெட்டு கண்டுபிடிக்கப்பட்டது. எழுபதுகளில் இப்பகுதியில் பெருமளவில் புளியமரங்கள் இருந்தனவாம். இப்போதிருப்பதுபோல் முள்மரங்களும், முட்புதர்களும் அடர்ந்து காணப்படாமல் நிறைய வெளிப்பரப்பு இருந்துள்ளது. பாதையும், வண்டி போகுமளவு இருந்ததாம். விறகு தேடிச் சென்ற எளிய மக்கள் பெருவழிக்கல்வெட்டினை அன்றாடம் வெகு எளிதாக, அதன் சிறப்புத் தெரியாமல் பார்த்து வியந்துள்ளனர். அவர்களுக்குக் கிடைத்த அந்த வாய்ப்பு, பின்னாளில் இல்லாமல் போனது. எட்டிமடையிலிருந்து சுண்டைக்காய்முத்தூரை இணைக்கும் இணைப்புச்சாலையாக இராசகேசரிப்பெருவழி ஒரு காலத்தில் இருந்துள்ளது. (தொல்லியல் துறையின் “கோவை மாவட்டக்கல்வெட்டுகள்” நுலில் இக்கல்வெட்டு சுண்டைக்காய்முத்தூர் ஊரின்கீழ் பதிவிடப்பட்டுள்ளமை கருதத்தக்கது.) சிறு சிறு வணிகர்கள் தம் வண்டிகளோடு இச்சாலையைப் பயன்படுத்தியதாக நண்பர் சொன்னது நம்மை மேலும் வியப்படைய வைத்தது. ஆங்காங்கே, சிறிய அளவில் வேளாண்மையும் நடந்துள்ளது. “தர்பூசனி”ப் பழங்கள் நிறைய விளைந்தன. மலையடிவாரத்தில் வாழ்ந்த மக்கள் குடிநீருக்காகக் காட்டுக்குள் இரவு நேரத்திலும் சிறிது தொலைவு நடந்து சென்றுவந்துள்ளனர் என்னும் செய்தி, அந்நாளைய மக்கள் எத்துணை இன்னல்களைச் சந்தித்துள்ளனர் என்பதை நமக்கு எடுத்துச் சொன்னது. நாளடைவில் இருபது இருபத்தைந்து

ஆண்டுகள் கால இடைவெளியில் சூழ்நிலை முற்றிலும் மாறிப்போனது.

நண்பர் அன்பரசு தம்முடைய கால்நடைகளைக் காட்டுக்குள் கொண்டு சென்று மேய விட்டிருந்த காலங்களில் ஒரு நாள், தாம் படித்துக்கொண்டிருந்த இதழ் ஒன்றில் இராசகேசரிப் பெருவழியைப்பற்றியும், பெருவழிக்கல்வெட்டைப்பற்றியும் வெளியாகியிருந்த செய்தியைப்பார்த்துப் பெருவியப்புற்றாராம். காரணம், அப்பெருவழியில், கல்வெட்டின் அருகிலேயே அமர்ந்துதான் அவர் செய்தியைப் படித்துக்கொண்டிருந்தார். கல்வெட்டைப் பலமுறை படிக்கமுயன்றும் படிக்க இயலவில்லையென்னும் வருத்தம் இருந்தது. நண்பர் சொன்ன செய்திகளையெல்லாம் கேட்டு வியந்திருந்தபோது, அச்சம் தருகின்ற செய்தி ஒன்றையும் அவர் சொன்னார். சில நாள்களுக்கு முன்னர்தான் நண்பரின் மலையடிவார வீட்டுத்தோட்டத்தில் யானை இரவுநேரத்தில் புகுந்து மாட்டுத்தீவன மூடைகளைப்புரட்டிக்கிழித்துத் தவிடுதின்று அந்த இடத்தைத் தவிடுபொடியாக்கியிருந்தது. யானைகளை எதிர்கொள்ளவேண்டிய சூழ்நிலை ஏற்பட்டால் என்ன செய்வது? நிலை என்ன? என்பதுபோன்ற இடர் எதிர்கொள்ளல் *(RISK)* நினைவு, பயணத்தை மேற்கொள்ளவேண்டுமா என்னும் அச்சத்தையும், பயணம் பாதுகாப்பாக நடந்து கல்வெட்டைக் காணும் குறிக்கோள் நிறைவேறுமா என்னும் ஐயத்தையும் ஒருங்கே ஏற்படுத்தியது. யானை தவிர, வேறு எவையேனும் வன விலங்குகளை எதிர்கொள்ள நேருமோ என்னும் அச்சமும் கூடவே எழுந்தது. இருப்பினும், எவ்வாறேனும் பெருவழிக்கல்வெட்டைக்காணும் ஆவல் மேலோங்கி அதனால் ஏற்பட்ட கிளர்ச்சி அச்சத்தையும் ஐயத்தையும் ஒருவாறு போக்கியது. நண்பர்களும், கோடை-வெயில் காலமாதலால், விலங்குகளைச் சற்றுத் தொலைவிலேயே பார்த்துவிடமுடியும் என்றும், வேறு காலங்களில் (கோடை முடிந்து, மழை காரணமாக மீதிக் காலங்களில் காடு பசுமை போர்த்தியிருக்கும் வேளைகளில்) விலங்குகள் பார்வைக்குப்புலப்படா என்று கூறியதாலும் அச்சம் தவிர்த்தோம். .

பயணம் தொடங்கியது

அடிவாரத்திலிருந்து பயணம் தொடங்கியது. பயணம் தொடங்கியபோது நேரம் பிற்பகல் மூன்றரை மணி. இப்போது தொடங்கி இருள் படருமுன்னர் திரும்ப இயலுமா என்னும் கேள்வி எழுந்தபோது, நண்பரும் அவரது நண்பர்கள் இருவரும் "போக இருபது நிமிடம், திரும்ப இருபது நிமிடம்; ஆக நாற்பது நிமிடங்கள் எங்களுக்குப் போதும்" எனச் சொன்னதும், "இன்னும்

எதெதற்குத்தான் வியப்புக்கொள்வது?" என்ற எண்ணமேற்பட்டது. நாங்கள் காட்டுப்பயணத்துக்குப் புதியவர்களாதலால் இரண்டு மணி நேரத்தில் போய்த்திரும்பலாம் என்றனர். பயணம் தொடங்கியது. சிறிது தொலைவு சமதளத்தில் நடந்ததும் ஓரிடத்தில் இரண்டு மேடைகளில் இறைச்சிற்பங்களை எழுந்தருளிவித்துக் கோயில் எழுப்பியிருந்தனர். இது, பேச்சியம்மன் கோயில் என்றும், முன்பு இக்கோயில் சற்று மேல்பகுதியில் இருந்தது என்றும் தற்போது இங்கு மாற்றியுள்ளனர் என்றும் தெரிவித்தனர். அடுத்து, மலைப்பாதையை நேரடியாக அணுகமுடியாமல் தடை ஏற்பட்டது, காரணம் "ஜே.சி.பி." எந்திரத்தைக்கொண்டு நிலம் கிளறப்பட்டிருந்தது. அகற்றப்பட்ட பெரும் முட்செடிகள் அரண்போல் குவிந்து காட்டுப்பாதையின் நுழைவுப்பகுதியை நெருங்கமுடியாமல் தடுத்தன. நண்பர்கள் தாம் கொண்டுவந்திருந்த அரிவாள்களைக்கொண்டு முட்செடிகளின் குவியலை வெட்டித்தள்ளி வழியமைத்தனர். வெயில் காலமாதலால் செடிகள் காய்ந்து கிடந்தன.

பயணத்தின்போது

வழியெங்கும் காய்ந்த முள்மரங்களும் காட்டுச்செடிகளுமே பெரிதும் காணப்பட்டன. பெரிய மரங்கள் என்பவை ஆங்காங்கே காணப்பட்ட சில புளியமரங்களும் வாகைமரங்களும்தாம். பாதையெங்கும் ஆங்காங்கே கரியநிறக் கற்களும் கிடந்தன. சில இடங்களில், இக்கற்கள் சற்றுப்பெரிய அளவில், சரிவுகளில் நெருங்கியிருந்தன. அவற்றின்மேல் ஏறிச் செல்லவேண்டியிருந்தது. சிலபோது, அவ்வகைக்கற்களோடு மண்ணும் சேர்ந்து கால்களைச் சறுக்கின. சென்ற பயணத்தின்போது (ஜூன் மாதம்) மழை தந்த பசுமை காணப்பட்டது. இம்முறை வெறும் வறட்சி. மரங்களில் காணப்பட்ட முட்கள் சிறிய அளவினதாய் இருந்தாலும், தூண்டில் கொக்கிகள் போல் ஆடைகளில் சிக்குண்டு நம்மை எளிதாய் நகரவிடாமல் இழுத்தன. இந்த முட்கள், உடம்பிலும் ஆங்காங்கே கீறல்களை உண்டாக்கின. பாதம் மறைத்துக் காலணி அணியாததால் பாதப்பகுதியில் முட்களின் கீறல்கள் சிறிய காயங்களை ஏற்படுத்தின. விரல்களில் முள் குத்திய இடத்தில் பொட்டுப்போல் குருதி தோன்றியது. நம் உடலின் குருதியில் சர்க்கரையின் அளவைப் பார்க்கும் சோதனையின்போது, கையடக்கக் கருவி ஒன்றின் ஊசி நம் விரல்களில் வெளிப்படுத்தும் குருதிப்பொட்டை இந்நிகழ்ச்சி நினைவூட்டியது. ஓரிடத்தில் நண்பர் அன்பரசு ஒரு மரத்தைக்காண்பித்தார். மரத்தின் மேற்பட்டை தேய்ந்து காணப்பட்டது. கடமான்கள் தம் கொம்புகளைத் தீட்டியதால் ஏற்பட்ட தடயம் அது என்றார் அவர். மேலும் ஓரிடத்தில், தரையில் மானின் உடைந்த கொம்பு ஒன்று கிடந்ததைப்பார்த்தோம். மூப்புக்காரணாக மானின் கொம்புகள், சுண்ணாம்புச் சத்துப்படிந்து கல்போல் இறுகிப்போய் உடைந்துவிடும் என்று அன்பரசு சொன்னது புதியதொரு செய்தியாகத் தெரிந்தது. மற்றோரிடத்தில், மைல் கல்லைப்போல் ஒரு

கல் நிலத்தில் நடப்பட்டுச் சற்றே சாய்ந்திருந்ததைச் சுட்டிக்காட்டி, 'இந்தக்கல், ஆங்கிலேயர் காலத்தில் சர்வே செய்தபோது நடப்பட்ட சர்வே கல்லாகும்' என்று சொன்னார். கல்லின் மேற்பகுதியில் செதுக்கப்பட்டிருந்த ஒரு குறியீடு அல்லது சின்னம், நமது ஊர்களில் விளையாடப்பயன்படும் தாயக்கட்டையில், "தாயம்" என்று நாம் அழைக்கும் எண் ஒன்றைக் குறிக்கவந்த ஒற்றைப்புள்ளியோடு கூடிய இரு கோடுகளை நினைவூட்டியது. காட்டு வழிகளையெல்லாம் நன்கு நினைவில் பதித்து வைத்திருக்கும் அந்த மண்ணின் மைந்தர்களின் நினைவாற்றல் மிகப்பெரிது.

இப்படி நடந்துபோன பாதை, மக்களால் உருவாக்கப்பட்டதல்ல என்றொரு தகவலையும் நண்பர் சொன்னார். யானைகள் தம் உணவைத்தேடும் மேய்ச்சலின்போது, உண்ணும் தாவரங்களின் இருப்புக்கேற்ப வளைந்து வளைந்து நடந்து ஏற்படுத்திய தடங்கள்தாம் இவ்வகைப்பாதைகள். முட்புதர்கள் யானையின் உடம்பை என்ன செய்துவிடும்? புதர்கள் யானைகளால் அகற்றப்படுவதில்லை. பாதை மட்டுமே உருவாகியிருக்கும். எனவே, நாம் நடக்கையில், பக்கவாட்டிலும், தலைக்குமேலும் புதர்கள், முட்செடிகள் ஆகியவற்றின் கிளைகள் பெரிய தடைகளாய் நின்றன. முட்புதர்களினூடே, நாம் வலிந்து உடலை முன்னோக்கி நுழைத்தவண்ணம் முட்கிளைகளைக் கைகளால் விலக்கி மெல்ல மெல்ல நடக்கவேண்டிய சூழ்நிலை. சிலபோது தலையையும், சிலபோது உடம்பையும் குனிந்தும் வலிய முன்னோக்கித் தள்ளியவாறும் நடந்தோம். கல்வெட்டைக்காணும் ஆவல் உந்தித்தள்ளியதால் உடற்களைப்பைப் பொறுத்துக்கொண்டு நடந்தோம். ஏறத்தாழ இருபத்தைந்து நிமிடங்களுக்குப்பிறகு, எதிரே தென்பட்ட மலையைச் சுட்டிக்காட்டிய நண்பர், அங்கே மலையின் இடைப்பகுதியில் கோடு போலத்தோன்றிய ஓர் இடத்தைக் காண்பித்தார். நீலகிரி போன்ற மலைகளில் தொலைவிலிருந்து பார்ப்போருக்குப் பாதையின் வடிவம் ஒரு கோடுபோல் தோன்றும்.

இங்கும் அதேபோன்ற தோற்றம். அதுதான் இராசகேசரிபெருவழி. அந்த இடத்தை நோக்கிப் பயணம் தொடர்ந்தது. பெருவழியை நெருங்கும் பாதை இப்போது சற்றுக்கடினம் பெற்றது. சமதளமாயில்லாமல் நம்மைச் சரியச்செய்யும் மண்மேடுகளையும், கல்மேடுகளையும் பள்ளங்களையும் கடந்து பயணப்பட்டோம். சரியாக மணி நாலு நாற்பதுக்கு இராசகேசரிப்பெருவழிக் கல்வெட்டருகே நின்றோம்.

கல்வெட்டருகே

"எவெரெஸ்ட்" மலைச்சிகரத்தை முதன்முதலில் கண்டுபிடித்த பிறகும், பலர் இமயத்தில் பயணம் செய்து சிகரத்தில் ஏறி நின்று செயற்கரிய செயல் செய்ததாய்ப் பெருமிதம் கொள்வார்களே, அதே போன்ற ஒரு பெருமித உணர்வும் இன்பமும் எங்களுக்கு ஏற்பட்டன. பல நாள் உள்ளத்தில் ஊறிக்கிடந்த எண்ணம் செயலாய்க் கண்முன் நிறைவேறியது. இராசகேசரிக்கல்வெட்டைக் கண்டுபிடித்துக் காணல் அத்துணை எளிதல்ல எளிதல்ல என்று உணர்ந்தோம். இந்த உணர்வு உண்மை. புனைவுரையன்று. பயணத்தின் முடிவில் ஒவ்வொருவரும் தாமே பெறுகின்ற உணர்வு. சாதனையுணர்வும் எங்களை ஆட்கொண்டிருந்தது. கல்வெட்டு, கரிய நிறத்தில் பெரியதொரு பாறை வடிவில் எங்கள் முன் தோற்றமளித்தது. பாறையின் மேல்பகுதி உடையாமல் நல்ல நிலையில்காணப்பட்டது.. ஆனால், கீழ்ப்பகுதி, பாறையின் இடப்பக்கமாக உடைந்து காணப்பட்டது. உடைந்த பகுதியில் கல்வெட்டு எழுத்துகள் வெட்டப்படவில்லை. பாறையின் இடப்பக்கம் (நமது பார்வையில் வலப்பக்கம்) மேற்புறத்தில் மூன்று வரிகள் மட்டும் கல்வெட்டு வரிகள். எனவே கல்வெட்டுப் பாடத்துக்கு எந்தச்சேதமுமில்லை. கல்வெட்டைக் காணும் முயற்சி வெற்றியாய் முடிந்ததில் ஏற்பட்ட மகிழ்ச்சியில் ஒளிப்படங்கள் எடுத்துக்கொண்டோம்.

கல்வெட்டும் அதன் செய்தியும்

பெரிய கல்வெட்டுப்பாறை

கல்வெட்டு மிக மிக நேர்த்தியாக வெட்டப்பட்டிருந்தது. பாறையின் பரப்பில், ஒரு நீள்சதுர வடிவம் அமையுமாறு கோடு வெட்டப்பட்டு, அச்சதுரப்பரப்பின் இடையில் ஆறு நீண்ட நேர்கோடுகள், பள்ளிக்கூட நோட்டுப்புத்தகத்தில் உள்ளதுபோல் கீறப்பட்டிருந்தன. இடைக்கோடுகள் ஆறு ஆனதால், எழுதுவதற்கு மொத்தம் ஏழு பட்டிகள் அமைந்துவிட்டிருந்தன. ஏழு பட்டிகளில் ஏழு வரிகளே புலப்பட்டன. ஆனால், "கோவைமாவட்டக்

கல்வெட்டுகள்” நூலில் மொத்தம் எட்டு கல்வெட்டுவரிகள் காட்டப்பட்டுள்ளன. இது எப்படி? நெருங்கி ஆய்வு செய்தபோது, இரண்டாம் பட்டியில் பாதித் தொலைவு வரை எழுத்துகள் பெரியவடிவத்தில் எழுதப்பட்டுப் பட்டிமுழுதும் நிரம்பியிருந்தது புலப்பட்டது. பாதியிலிருந்து எழுத்துகள் சிறிதாய்த் தொடங்கி முடிந்திருந்தன. இதனால் ஏற்பட்ட பாதி இடைவெளியில் ஆறு எழுத்துகள் செருகப்பட்டிருந்தன. இதையும் சேர்த்துப்படிக்கையில் மொத்தம் எட்டு வரிகள் கொண்டதாய்க் கல்வெட்டு விளங்கிற்று.

வட்டெழுத்தில் எட்டுவரிகள்

இந்த எட்டுவரிகளும் வட்டெழுத்தால் பொறிக்கப்பட்டிருந்தன. கல்வெட்டின் இடப்பக்கத்தில் காணப்படும் மூன்று வரிகள் தமிழ் எழுத்துகள். தமிழ் எழுத்துகள் தேய்மானம் பெற்றிருந்ததால் படிக்க இயலவில்லை. ஓரிரு எழுத்துகளே புலப்பட்டன. வட்டெழுத்துப்பகுதியும் முழுமையாகப் படிக்க இயலவில்லை. இரண்டிலுமே, தொடக்கச் சொல்லாக வருகின்ற “ஸ்வஸ்திஸ்ரீ” என்னும் சொல் கிரந்த எழுத்துகளால் எழுதப்பட்டவை. நான் கையோடு கொண்டுசென்ற சுண்ணப்பொடியை நீரில் குழைத்துக் குழம்பாக்கிக் கல்வெட்டில் ஒற்றியெடுத்ததில் வட்டெழுத்துகள் சற்றே புலப்பட்டன. ஒளிப்படங்கள் எடுக்கப்பட்டுப் பின்னர் அவை கணினியில் பதிவு செய்யப்பட்டன. எழுத்துகளை உருப்பெருக்கம் செய்து படித்ததில் கல்வெட்டின் பல எழுத்துகள் புலப்பட்டன. நன்கு புலனாகிய எழுத்துகளைக் கீழ்வரும் பகுதியில் விளக்கமாகத் தந்துள்ளேன்.

கல்வெட்டுப்பாடம் (வட்டெழுத்துப்பகுதி)

1 ஸ்வஸ்திஸ்ரீ கோ இராசகேசரிப்

2 பெருவழி திருநிழலு மன்னு

3 யிருஞ் சிறந்த

4 மைப்ப ஒருநிழல் வெண்டி

ங்கள் போலோங்கி ஒரு நிழல்போ

6 ல் வாழியர் கோச்சோழன் வளங்

7 காவிரி நாடன் கோழியர் கோக்கண்ட

8 ன் குலவு.

கல்வெட்டுப்பாடம் (தமிழெழுத்துப்பகுதி)

1ஸ்வஸ்தி ஸ்ரீ கோஇரா

2சகேசரிப்

3பெருவழி

கல்வெட்டை நேரில் கண்டு, எடுத்த ஒளிப்படத்தைக் கணினியில் பெரிதாக்கிப் படிக்கையில், நூலில் காணும் பாடத்தில் ஒரு சிறு பிழை இருந்தது தெரியவந்தது. நான்காம் வரியின் இறுதியில் நுலில் காணப்படும் “ங்” எழுத்து, கல்வெட்டில் காணப்படவில்லை. அவ்வெழுத்து, ஐந்தாம் வரியின் தொடக்கத்தில் இருக்கிறது.

பயணம் முடிவு

திரும்பிச் செல்லும் பயணம் சற்றே எளிதாயிருந்தது. பாதையின் இறக்கமே காரணம். திரும்பும் வழியில், நண்பர் அன்பரசு, மரம் ஒன்றின் பட்டைப்பகுதி தேய்ந்திருந்ததைச் சுட்டிக்காட்டி, கடமான்கள் தம் கொம்புகளை மரக்கிளையில் தீட்டிக்கொண்டதன்

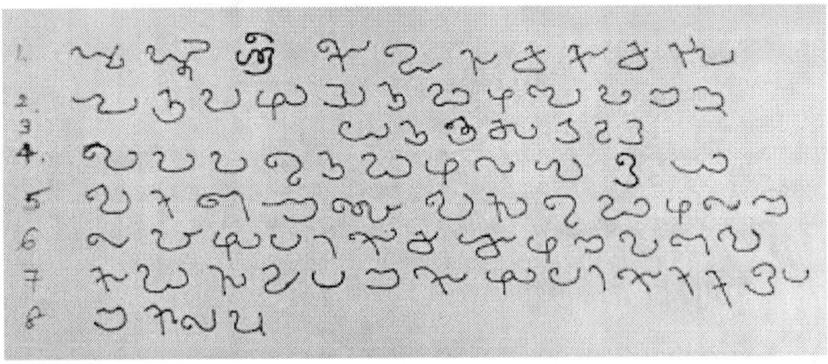

கல்வெட்டின் வட்டெழுத்து வடிவம் (பார்வைப்படியில்)

அடையாளம் தான் அது எனச் சொன்னார். இன்னோரிடத்தில், மரங்களுக்கிடையில் சிறிது அகலமாய்ச் செடிகள் எவையுமின்றி மண்ணின் வெற்றுப்பரப்பு காணப்பட்டதைச் சுட்டிக்காட்டினார். அங்கே காலடித்தடங்கள் காணப்பட்டன. மான்கள் ஓய்வெடுக்கும் நேரம் அங்கு வந்துவிட்டுப்போகும் என்று அவர் குறிப்பிட்டார். இவ்விரண்டு செய்திகளுமே எங்களுக்குப் புதியன.

ஒரு மகத்தான சாதனை செய்த நிறைவோடு பயணம் நிறைவுற்றது. நண்பர் குழுவுக்கு நன்றி சொல்லி வீடு திரும்பும் பயணம் மேற்கொண்டோம்

- வியாழன், 2 ஜூன், 2016

தமிழ் மரபு அறக்கட்டளை பதிப்பகம்

தமிழ் மரபு அறக்கட்டளை பன்னாட்டு அமைப்பு எனும் நிறுவனம் 2001ஆம் ஆண்டு தொடங்கப்பட்டது. தமிழர் மரபு, தமிழ் வரலாறு, பண்பாட்டுக்கூறுகள், மரபுசார் தரவுகளைப்பாதுகாத்தல் மற்றும் ஆவணப்படுத்துதலை முக்கிய நோக்கங்களாகக்கொண்டு இந்நிறுவனம் செயல்படுகின்றது. இவை மட்டுமின்றி வரலாற்றுப்பாதுகாப்பு குறித்த சமூக விழிப்புணர்வை ஏற்படுத்தும் செயல்பாடுகளையும் தொடர்ந்து முன்னெடுத்து வருகிறது.

தமிழ் கூறும் நல்லுலகிற்கு, குறிப்பாக ஆய்வு நிறுவனங்கள், கல்லூரிகள், பல்கலைக்கழகங்கள், பள்ளிக்கூடங்களில் பயில்வோருக்குத் தரமான ஆய்வு முறைமைகளைப் பயன்படுத்த ஊக்குவிக்கும் பல்வேறு செயல்பாடுகளை, பயிற்சிப் பட்டறைகளை, களப்பணிப் பயிற்சிகளைத் தொடர்ந்து செய்து வருகின்றது தமிழ் மரபு அறக்கட்டளை பன்னாட்டு அமைப்பு.

இச்செயற்பாடுகளின் ஒரு அங்கமாகத் தமிழ் மரபு அறக்கட்டளையின் பதிப்பகப் பிரிவு 2019ஆம் ஆண்டு தொடங்கப்பட்டது. வரலாறு, தமிழியல், பண்பாட்டியல், மானுடவியல், சமூகவியல், புலம்பெயர்வு ஆகிய துறைகளில் ஆய்வுசார் நூல்கள் இப்பதிப்பகத்தின் மூலம் பதிப்பிக்கப்படுகின்றன.

தமிழர் வரலாற்றுக்கு ஓர் அரணாக விளங்கும் தமிழ் மரபு அறக்கட்டளை பன்னாட்டு அமைப்பு உலகளாவிய கிளைகள் கொண்டு இயங்குகின்றது. ஜெர்மனியைத் தலைமையகமாகக் கொண்டு இயங்கி வரும் இந்த ஆய்வு நிறுவனம் உலகளாவிய வகையில் தமிழர் வரலாற்றுப் பாதுகாப்பு நடவடிக்கைகளைச் செயல்படுத்தி வருகிறது.

தொடர்புக்கு
e-mail : mythforg@gmail.com
https://tamilheritage.org/

தமிழ் மரபு அறக்கட்டளை வெளியீடுகள்

1. Der Kural Des Thiruvalluvar
By Dr.Karl Graul
(First edition 1856 reprinted – 2019)   Price.80 Euro

2. Thiruvalluvar's Prose
By August Fridrich Cammerer
(First edition 1803 reprinted – 2019)   Price.50 Euro

3. திருவள்ளுவர் யார்?
கட்டுக்கதைகளைக் கட்டுடைக்கும் திருவள்ளுவர்
கௌதம சன்னா (2019)   விலை ரூ.200

4. நாகர் நிலச்சுவடுகள் (இலங்கை பயண அனுபவம்)
மலர்விழி பாஸ்கரன் (2020)   விலை ரூ.100

5. அறியப்பட வேண்டிய தமிழகம்
தொ. பரமசிவன் நேர்காணலும் கட்டுரைகளும்
தொகுப்பாசிரியர் – முனைவர்.க.சுபாஷிணி(2021)   விலை ரூ.80

6. கீழக்கரை வரலாறு
எஸ். மஹ்மூது நெய்னா
(2021) (இப்போது.காம் இணை பதிப்பு)   விலை ரூ.250

7. சிதம்பரம் – ஊர் உருவாக்கமும் புவிசார் அமைப்பும்
முனைவர்.சிவராமகிருஷ்ணன் (2021)   விலை ரூ.100

8. கொங்குநாட்டுக் கல்வெட்டுகள்
துரை சுந்தரம்   (2021)   விலை ரூ.180

9. தொல்லியல் நோக்கில் தமிழ்நாட்டுக் கடவுளரும்
வழிபாட்டு மரபுகளும் (2021)
கோ. சசிகலா   விலை ரூ.180

10. வரலாற்றில் பொய்கள்
தேமொழி (2021)   விலை ரூ.100